ஓட்டல் திராவிடாஸ்

தமிழ் குறுநாவல்

ஜெயசீலன் சாமுவேல்

Copyright © Jayaseelan Samuel
All Rights Reserved.

This book has been self-published with all reasonable efforts taken to make the material error-free by the author. No part of this book shall be used, reproduced in any manner whatsoever without written permission from the author, except in the case of brief quotations embodied in critical articles and reviews.

The Author of this book is solely responsible and liable for its content including but not limited to the views, representations, descriptions, statements, information, opinions and references ["Content"]. The Content of this book shall not constitute or be construed or deemed to reflect the opinion or expression of the Publisher or Editor. Neither the Publisher nor Editor endorse or approve the Content of this book or guarantee the reliability, accuracy or completeness of the Content published herein and do not make any representations or warranties of any kind, express or implied, including but not limited to the implied warranties of merchantability, fitness for a particular purpose. The Publisher and Editor shall not be liable whatsoever for any errors, omissions, whether such errors or omissions result from negligence, accident, or any other cause or claims for loss or damages of any kind, including without limitation, indirect or consequential loss or damage arising out of use, inability to use, or about the reliability, accuracy or sufficiency of the information contained in this book.

Made with ♥ on the Notion Press Platform
www.notionpress.com

பொருளடக்கம்

முன்னுரை	v
1. ரீட்டா தமிழ்ச்செல்வி அறிமுகம்	1
2. மாடுகளைக் கொல்பவர்கள்	5
3. ஓட்டல் திராவிடாஸ் ஓராண்டு நிறைவு விழா	9
4. கிரீட்டா தமிழரசி அறிமுகம்	13
5. குழந்தைத் திருமணங்கள்	15
6. பெண் பார்க்கும் படலம்	17
7. சேஷா டியூசன் செண்டர்	20
8. சிவப்பு விளக்குப் பகுதி	23
9. ரீட்டா பள்ளிப்பருவம்	25
10. மாட்டைக் கொல்பவர்களும் மூதேவியும்	28
11. ரீட்டாவின் கல்லூரி வாழ்க்கை	30
12. கிரீட்டாவுக்கு நடந்த கொடுமைகள்	37
13. மூதேவி	40
14. உலகளாவிய திட்டம்	44
15. ரீட்டாவும் அறிவும்	46

முன்னுரை

இந்தக் கதை நேர்கோட்டில் செல்லாது. ஒவ்வொரு அத்தியாயமும் வெவ்வேறு காலகட்டத்தைச் சார்ந்ததாக இருக்கலாம். கடந்தகாலம் முதலிலும், நிகழ்காலம் கடைசியிலும், எதிர்காலம் நடுவிலும் கூட எழுதப்பட்டிருக்கலாம். ஆகவே கதையை முழுவதுமாகப் படித்துவிட்டு இதன் உண்மையான வரிசை என்ன என்று நீங்கள் புரிந்துகொண்டீர்களோ அதை *jayaseelan.samuel@outlook.com* என்கிற என்னுடைய மின்னஞ்சல் முகவரிக்கு எழுதி அனுப்புங்கள்.

1
ரீட்டா தமிழ்ச்செல்வி அறிமுகம்

சூரியத்தாய் இன்னும் தன் கதகதப்பான கரங்களை நீட்டவில்லை. இரவுத்தாயின் அரவணைப்பில் பாதிப்பேர் இன்னும் உறங்கிக்கொண்டு தான் இருந்தார்கள். அந்த இரவுத்தாயின் சாயலில் இருந்த ரீட்டா தமிழ்ச்செல்வி மெதுவாகத் தன் கண்களின் மீது அணிந்திருந்த துணியை எடுத்துவிட்டு "லைட்ஸ் ஆன்" என்றாள். அவள் சாமுத்திரிக்கா லட்சனத்தில் அடங்காத அரக்கி, பார்ப்பவர் கண்களுக்கோ இரவின் குளிர். அவள் படுக்கையின் அருகில் உள்ள மேசையில் விவசாயக் கடவுள் மூதேவியின் கையளவு சிலை ஒன்று இருந்தது. அவள் மேசையில் செயற்கை நுண்ணறிவு குறித்த புத்தகங்கள், பகுத்தறிவு சார்ந்த புத்தகங்கள், மதங்கள் சார்ந்த புத்தகங்கள் என ஒரு 10 புத்தகங்கள் இருந்தன. அவளுடைய வீட்டில் தனியாக ஒரு நூலகமும் இருந்தது, அதில் 10,000 புத்தகங்களுக்கு மேல் இருந்தன. உயிரி இயற்பியலில்(BioPhysics) Phd முடித்திருந்தாள். ஜெசிகா லூகஸ் போன்ற முகத்தோற்றமும் ஷெரீனா வில்லியம்ஸ் போன்ற உடல்வாகும் கொண்ட சிலைபோல அவள் படுக்கையில் எழுந்து அமர்ந்தாள். அவள் விலையுயர்ந்த வெல்வெட் நைட் பேண்ட் & டாப் அணிந்திருந்தாள். மருத்துவரீதியாக அழுத்தத்தைச் சரியானபடி கால்களுக்கு அளிக்கும் விலையுயர்ந்த மென்மையான காலணிகளை அணிந்து இருந்தாள்.

ஒரு நாளை நன்றியுணர்வுடனும், மகிழ்ச்சியுடனும் தொடங்குவதால் வாழ்க்கை எவ்வாறெல்லாம் நல்ல மாற்றங்கள் அடையும் என்பதை நன்கு உணர்ந்தவள் அவள். நன்றி சொல்லி நாளைத் தொடங்குவது என்பதை அவள் தன் வழக்கமாகவே கொண்டிருந்தாள். புதிய நாளுக்-காக நன்றி சொன்னவளாய், யார் யாரை எல்லாம் மன்னிக்க வேண்டும் என்கிற பட்டியலை வழக்கம் போல் அவள் எழுதத் தொடங்கினாள். தேன் போன்ற தன் தேகத்தின் நிறத்தைக் கேவலமாக பேசிய அனைவ-ரது பெயர்களும் அவளுக்கு நினைவுக்கு வந்தது. பிறந்தபோது ''பொட்ட புள்ள பொறந்திருக்கு, அதுவும் கருகருன்னு'' என்று தன்னைத் தன் தாய்க்கு அறிமுகம் செய்துவைத்த அந்தப் பெயர் தெரியாத அந்தச் செவிலியரும் அவள் நினைவுக்கு வந்தது. அனைவரையும் மனதார மன்னிப்பதாக எழுதினாள். பல முறை ஆசைப்பட்டும், கண்ணாடி முன்பு நடித்துப் பழகியும், கருப்பு நிறம் என்பதால் ஒருமுறைகூட வாய்ப்பு வழங்கப்படாமல் மறுக்கபப்ட்ட பள்ளி ஆண்டுவிழா வேடங்களுக்காக, வெள்ளைத் தோல் தான் அழகின் அடையாளம் என்றும், கருப்பாக இருப்பவர்கள் நாடகங்களில் கூட நடிக்க லாயக்கில்லாதவர்கள் என்று நினைத்த ஆசிரியர்களை மன்னித்தாள். கடவுளுக்கு முன் எல்லாரும் சமம் என்பார்கள், ஆண்டவர் உங்களை நேசிக்கிறார் என்று தெரு-வில் போகிறவர் வருகிறவர் எல்லோரிடமும் சொல்வார்கள், இவ்வளவு ஏன் கடவுளின் அன்பைப் பறைசாற்ற உயிரையும் கொடுக்கத் துணி-வார்கள், அத்தகைய சர்ச்சில் கருப்பு நிறம் என்பதால் எப்போதும் பேய் வேடமே கொடுத்த ஞாயிறு பள்ளி ஆசிரியரை மன்னித்தாள். உள்ள-மெல்லாம் நச்சுத்தன்மை கலந்திருந்த அத்தகைய மனிதர்களை எண்ணி எண்ணி தினமும் வெதும்பிய நாட்கள் அநேகம். ஆனாலும், ஏதோ ஒரு வகையில் இவர்களைத் தாண்டி வெல்ல வேண்டும் என்கிற எண்ணம் அவளுக்குள் ஏற்படக் காரணமாக இருந்ததற்காக அவர்களுக்காக நன்றி செலுத்தினாள். தன் வாழ்க்கையில் மிகப்பெரும் மாற்றத்தை ஏற்படுத்திய முகமதுக்காகவும், விரிவுரையாளர் அறிவுக்காகவும் அவள் நன்றிசொல்-லாத நாளிகையே இல்லை. இதுவரை தன் வாழ்க்கையில் அவள் கண்-டிறாவிட்டாலும், தன் வாழ்க்கைப் பாதையில் எப்போதும் அவளுக்குத் துணை நின்ற ஈரோட்டுப் பெரியவர் ராமசாமியையும் அவள் என்றும் மறந்ததில்லை, தற்போது தனக்கு இருக்கும் சுதந்திரங்களுக்கு வித்திட்ட

சட்டமேதையையும் அவள் மறக்கவில்லை.

நன்றியுணர்வுக்கான பட்டியலை அதன் பின் எழுதினாள், “தான் சம்பாதித்த முதல் 100 கோடி ரூபாய்க்காக, செயற்கை நுண்ணறிவு தொடர்பான தனது நிறுவனத்தை உருவாக்கியதற்காக, பல பேருக்கு உணவளிக்கும் தனது ஹோட்டல் திராவிடாஸூக்காக, என அவளுடைய நன்றிப் பட்டியல் நீண்டுகொண்டே போனது. அடுத்து தான் சாதிக்கப்போகும் விஷயங்களை மனக்கண் முன்னே கொண்டு வந்து அவற்றின் மகிழ்ச்சியை அனுபவிக்கத் தொடங்கினாள்.

அவளுடைய அறையில் இருந்து வெளியே எட்டிப்பார்த்தாள். “ஹோட்டல் திராவிடாஸ்” என்கிற பெயர் பளிச்சென்று ஒளிர்ந்துகொண்டு இருந்தது.

அங்கே ஒரு பாட்டி, “அம்மா! பசிக்குதும்மா ஏதாவது தர்மம் பண்ணும்மா!” என்று கேட்டார்

“இட்லியும், மீன் குழம்பும் சாப்டுவீங்களா பாட்டி!” என்று அன்போடு கேட்டார் ரோஸி என்று பெயர் மாற்றப்பட்ட ரகுவரன்.

“ஐயோ! மீன் குழம்பா, அதுக்கெல்லாம் பாட்டிகிட்ட காசு இல்ல, 5 ரூவா தான் இருக்கு, கவெர்மெண்ட் பஸ்ல பெண்களுக்கு இலவசமா இருக்கப்போக பாட்டி இங்க வந்தேன்” என்றார் பரிதாபமாக

“கவலப்படாதீங்க பாட்டி! வயிறு நிரம்ப சாப்பிடுங்க, உங்களால முடிஞ்சத அந்த உண்டியல்ல போடுங்க!” என்று ரோஸி கூறினார்.

பாட்டியின் முகத்தில் மிகுந்த மகிழ்ச்சி, “நீ நல்லா இருக்கணும் தாயி!” என்று கூறிவிட்டு இட்லியும் மீன் குழம்பும் சாப்பிட்டார் அந்தப் பாட்டி

“மட்டன் குழம்பு, மாட்டுக்கறி குழம்பு, சாம்பார், சட்னி எது வேணும்னாலும் கூச்சப்படாம கேட்டு வாங்கி சாப்டுங்க பாட்டி!” என்றார் ரோஸி

கோமதியம்மாள் தன் வீட்டிற்கு பூரி, உருளைக்கிழங்கு குருமா, உள்ளிட்டவற்றை வாங்கிக்கொண்டு சென்றார்.

கடையின் வாசலில் பெரியதொரு அம்பேத்கர் சிலையும் எவ்வித பாதுகாப்பு வேலியும் இல்லாமல் சுதந்திரமாக நின்றுகொண்டு இருந்தது. கீழ் தளத்தில் உணவு அருந்தும் இடத்தின் பக்கத்தில் நூலகமும் இருந்தது, உணவுப்பசி மட்டுமில்லாமல் அறிவுப்பசியையும் தீர்த்துக்கொள்ள அங்கே எண்ணற்ற புத்தகங்கள் இருந்தன.

இது ஒரு சிறிய சமத்துவபுரமாகவே இருந்தது. இங்கே எவ்விதமான பாகுபாடுகளும் இல்லை. சாதி மதங்களைச் சொல்லி எவரையும் இழிவாகப் பார்ப்பதும் இல்லை, ஊர் சேரி என்று எவரையும் பிரித்து வைப்பதும் இல்லை. ஆண், பெண், திருநபர், திருநங்கை, இவர்களை எல்லாம் தாண்டி எல்லா விதமான பாலினத்தைச் சார்ந்தவர்களும், பாலியல் நாட்டங்களில் வேறுபட்டவர்களும் இந்த ஓட்டலில் நிரந்தர அகதிகளாகத் தங்கி இருந்தார்கள். அவர்களைப் பாதுகாப்பதற்காகப் பல வழிமுறைகளும் சட்ட வல்லுநர்களும் எப்போதும் அவர்களோடு துணைநின்று வந்தனர். ஏழை பணக்காரர் வித்தியாசமில்லா ஒரு உணவகம். கையில் காசு இல்லாவிட்டாலும் தொண்டு நிறுவனங்களில் இருந்து சேகரிக்கப்படும் வருமானத்தைக் கொண்டு ஏழை எளியோருக்கு பீஃப் பிரியாணி முதல் தயிர் சாதம் வரை வழங்கப்படும் ஒரு இடம். பசி என்று வந்த எவரும் வெறும் வயிற்றோடு போனதாகச் சரித்திரம் இல்லை. தன் தங்கையின் ஆசைக்காக அக்கா கட்டிய ஹோட்டல் அது. சோகமும் சந்தோஷமும் கலந்த உணர்வுடன் ரீட்டா கண்கலங்கியபடி பார்த்துக்கொண்டிருக்க அவள் எதிர்பார்த்திருந்த விடியல் மெல்ல தன் முகத்தைக் காட்டியது. கடிகாரத்தின் கைகள் இரண்டும் நேரெதிர் திசைகளைக் காட்டின.

“ரோபோ ஒரு ஹேம்பர்கர் கொண்டு வா!” என்றாள் ரீட்டா

“இதோ வருகிறேன் ரீட்டா” என்றது அவளுடைய அசிஸ்டெண்ட் ரோபோ.

கண்ணாடிகளால் கட்டப்பட்ட குளியலறைக்குள் நுழைந்து குளித்துவிட்டு வெளியே வந்தாள். டைட்டானிக் படத்தில் அந்தப் பாட்டி அணிந்திருந்த வைர நெக்லஸை அவள் அணிந்துகொண்டால். அதன் விலை மதிப்பு 300 கோடி இருக்கலாம். அவள் அணிந்திருந்த எந்த ஒரு பொருளும் 5,000 ரூபாய்க்குக் குறைவாக இல்லை.

2

மாடுகளைக் கொல்பவர்கள்

"தினமலம் சார்பாகச் செய்திகள் வாசிப்பது பார்த்தசாரதி, அடுத்தடுத்து கிராமிய சாலைகளில் கொல்லப்படும் மாடுகள், பின்னணி என்னவென்று தெரியாமல் காவல்துறை திணறல். சென்ற வாரம் திருச்சி மதுரை இடையே இருந்த ஒரு கிராமத்தில் சாலையில் நின்றுகொண்டிருந்த மாடுகளின் கூட்டம் மர்ம நபர்களால் துண்டுதுண்டாக வெட்டப்பட்டு கொல்லப்பட்டு இருந்தன, அதனை அடுத்து கடந்த வெள்ளிக்கிழமை ராமநாதபுரம், தென்காசி மாநகரங்களுக்கு இடையே உள்ள கிராமத்தில் சாலையில் படுத்துக் கிடந்த 50க்கும் மேற்பட்ட மாடுகள் அடையாளம் தெரியாத நபர்களால் வெட்டப்பட்டு உள்ளன. போலீசார் இதுகுறித்துத் தீவிர விசாரனை நடத்தி வருகின்றனர்" என்று செய்தியில் ஓடிக்கொண்டு இருந்தது.

ஏதோ ஒரு கிராமத்தில் ஒரு வித்தியாசமான வாகனத்தில் இருந்த, வெள்ளை கையுரை அணிந்த ஒரு உருவம் சேனலை மாற்றியது.

தினதத்தி சேனலில் அனல்பறக்கும் விவாதம் நடைபெற்றுக்கொண்டு இருந்தது. " இன்றைய அடிபிடி அரசியல் சண்டை நிகழ்ச்சிக்கு வரவேற்கிறோம். கொஞ்ச நாளாவே நம்மூர்ல மாடுகளைக் குறிவைத்துத் தாக்குதல் நடத்தும் சம்பவம் நடந்துகிட்டு இருக்கு, இதுக்கெல்லாம் யார் காரணம்? இதன் பின்னணியில் உள்ள அரசியல் என்ன?" விவாதிப்-

போம் என்று கூறியபடி அடிபிடி சண்டையைத் தொடக்கி வைத்தார் நிகழ்ச்சியின் தொகுப்பாளர் அரங்கநாதன் வட இந்தியன்.

“சார்! இது முழுக்க முழுக்க எங்க மதத்துக்கு விரோதமான தீய சக்திகளோட வேல தான்! நாங்க மாடுகள தெய்வமா பாக்குறோம்!” என்றார் தேசியக் கட்சி ஒன்றின் மாநிலத் தலைவர் கையடி ராகவன்.

“ஊர் ஊருக்கு வெஜிடேரியன் ஹோட்டல் எல்லாத்துக்குப் பக்கத்துலயும் ‘ஹோட்டல் திராவிடாஸ்’னு பேர்ல மாட்டுக்கறி, ஆட்டுக்கறி, கோழிக்கறினு போட்டு, மக்கள் எல்லாரையும் நாண் வெஜிடேரியனா மாத்திட்டு இருக்காங்க!” என்று 'வலதுசாரி ஆதரவாளர்' உள்ளிட்ட பல தலைப்புகளில் அதே சேனலில் வழக்கமாகப் பேசும் ஆணைமலை தன் ஆதங்கத்தைத் தெரிவித்தார்.

“சார், முதல்ல நாண்வெஜ் (Non-Veg) என்று சொல்றதே தவறு. நாங்க என்ன தக்காளி, உருளைக்கிழங்கு இதெல்லாம் வேண்டாம்னு சொல்றோமா? நாங்க வெஜிடெபிள்ஸும் சாப்பிடுவோம் இறைச்சியும் சாப்பிடுவோம், முதல்ல எங்கள ‘மீட் ஈட்டர்ஸ்’னு சொல்லுங்க, நீங்க வேணா நாண்மீட் ஈட்டர்ஸா இருந்துட்டுப் போங்க! இரண்டாவதா, நாண்வெஜ் கடைக்குக் கறிவெட்டுற யாரும் நடுரோட்டுல மாட்ட வெட்டிப்போட்டுட்டுப் போக வேண்டிய அவசியம் இல்ல. அவங்க கறி சமைக்கிறதுக்காக வெட்டி இருந்தா கண்டிப்பா அந்த மாட்டை எல்லாம் அள்ளிப்போட்டுட்டு தங்களோட கடைக்கு எடுத்துட்டுப் போயிருப்பாங்க! இதுல வேற சதி இருக்க மாதிரி தான் தெரியிது!” நிதானமாகப் பேசினார் மாட்டிறைச்சி விரும்பியும், புத்தகப் புழுவுமான திரு.கருப்பன்.

டிவியை ஆஃப் செய்துவிட்டு கீழே இறங்கிய அந்த வெள்ளை உருவம் தன் கையில் இருந்த கருவியை ON செய்ததும், அது ஒரு குழல் போல நீண்டது. அந்த உருவத்தைச் சுற்றிலும் ஒரு பாதுகாப்புக் கவசமும் உருவானது. ரோட்டில் படுத்திருந்த மாடுகள் இன்னும் தங்களுக்கு நேரப்போகும் விபரீதத்தை அறியவில்லை.

வளர்ப்பவர்கள் மாட்டுத்தீவனம் வாங்கக் கருமித்தனம் செய்தபோதிலும் ஊரில் கிடைக்கும் குப்பைக்கூழங்கள், பிளாஸ்டிக் பேப்பர்கள் என எல்லாவற்றையும் உண்டு வாழ்ந்துகொண்டிருந்தன அந்த மாடுகள். இன்று அவற்றின் விதி முடியப்போகிறது.

தன்னிடம் இருந்து 100 அடி தூரத்தில் மாடுகள் சாலையில் படுத்துக்கொண்டு இருந்தன. மாடுகளைத் தாண்டி 100 அடி தூரத்தில் இதே போன்ற மற்றொரு வாகனம் வந்து நின்றது. அதிலிருந்து இன்னொரு வெள்ளை உருவம் கீழே இறங்கியது.

அதன் கையிலும் இதே போன்றதொரு ஆயுதம் இருந்தது. இரண்டு வெள்ளை உருவங்களும் ஏதோ ஒரு பொத்தானைத் தட்ட அந்தக் குழல்களில் இருந்து லேசர் வெளிச்சத்தில் வாள் போன்றவை சீறிப்பாய்ந்தன. பல மாடுகள் பரிதாபமாகச் செத்து விழுந்தன. எஞ்சிய மாடுகள் ஓடத்தொடங்கின, ஆனாலும் பயன் இல்லை. அங்கிருந்த 40க்கும் மேற்பட்ட மாடுகள் ஒன்றுக்கும் உதவாமல்போன மாமிசப் பிண்டங்களாக சிதறிப்போயின.

தங்கள் வேலை முடிந்தது என இரண்டு வெள்ளை உருவங்களும் புறப்பட்டபோது,

“ஏய்! நில்லுங்க!” என்று ஒரு குரல் அவர்களைக் கூப்பிட்டது

அவர்களுக்கு நடுவே ஒரு பெண் சூப்பர்ஹீரோ போல ஆடை அணிந்து நின்றுகொண்டு இருந்தாள். அவளுடைய இறக்கைகள் கரப்பான்பூச்சியின் இறக்கைகளைப் போல இருந்தன.

“நீங்க செய்ததை எல்லாம் நான் பார்த்துகிட்டு தான் இருந்தேன், ஒழுங்கா நீங்க தான் இதை எல்லாம் செய்றீங்கனு ஒத்துக்கோங்க!” என்று அவள் மிரட்டினாள்.

“அதெல்லாம் முடியாது, வேணும்னா இத வாங்கிக்கோ!” என்று தன் கையில் வைத்திருந்த ஆயுதத்தைக் கொண்டு சுட முயன்றது ஒரு உருவம்.

அவள் பறந்துசென்று அந்தத் தாக்குதலில் இருந்து தப்பித்து, அவன் முதுகின் பின் பக்கம் சென்று, அவன் கையில் இருந்த ஆயுதத்தைத் தட்டினாள்.

எதிரே இருந்த மற்றொரு உருவம் அதே போல அவளைத் தாக்க முற்பட்டபோது அதே போல மீண்டும் தாவி குதித்து தப்பித்து அவன் ஆயுதத்தையும் தட்டினாள்.

இரண்டு வெள்ளை உருவங்களுக்கும், அவர்களை மிரட்டிய சூப்பர்ஹீரோ பெண்ணுக்கும் வெகுநேரம் கை சண்டை நடந்தது.

இறுதியில் இருவரும் அவளை அடித்து கீழே வீழ்த்திவிட்டுத் தப்பித்துச் சென்றார்கள்.

3
ஓட்டல் திராவிடாஸ் ஓராண்டு நிறைவு விழா

கருப்பு நிலா போன்ற ரீட்டா தமிழ்ச்செல்வி தன் வெள்ளை சட்டை மீது கருப்பு கோட் அணிந்துகொண்டு வீட்டிற்கு வெளியே வந்தாள். 4 கார்கள் பார்க்கிங்கில் நின்றுகொண்டு இருந்தன. ஒரு லம்போர்கினி, ஒரு பி.எம்.டபிள்யு, ஒரு ரோல்ஸ் ராய்ஸ் போட் டெயில், ஒரு புகாட்டி, ஒரு காரில் ஏறி தன் நிறுவனத்திற்கு வந்தாள். தன் அறைக்குள் நுழைந்தாள். அறையின் வெளியே "நிறுவனர்.ரீட்டா தமிழ்ச்செல்வி" என்று எழுதி இருந்தது.

"ஸ்ரீயை வரச்சொல்லுங்க!" என்றார் ரீட்டா

மிகவும் பரபரப்புடன் ஸ்ரீ வந்து நின்றாள்.

"உங்க ரிப்போர்ட்ஸ் காட்டுங்க!" என்றாள் ரீட்டா

"இந்தாங்க மேடம்!"

"உங்க பர்ஃபார்மென்ஸ் ஏன் மோசமாகிட்டே போகுது!" உறுதியான தொனியில் கேட்டார் ரீட்டா.

"இல்ல மேடம்! நீங்க சொன்ன மாதிரி எல்லா எக்ஸெல் ஷீட்லயும் ஃபில் பண்ணிட்டேன்"

“எக்ஸெல் ஷீட் நிரப்புறது உங்க வேலை இல்ல ஸ்ரீ!”

“இனிமே ஃபில் பண்ண வேண்டாமா மேடம்?” அப்பாவியாகக் கேட்டாள் ஸ்ரீ

“உங்க பர்ஃபார்மென்ஸ அதிகரிச்சிட்டு, அதிகரிச்ச பர்ஃபார்மென்ஸ எக்செல் ஷீட்ல நிரப்பி கொண்டு வாங்க ஸ்ரீ!” கனிவோடும் உறுதியோடும் சொன்னார் ரீட்டா.

சிறிது நேரத்தில் டீம் மீட்டிங் தொடங்கியது. “நாம எல்லாரும் வாழ்க்கையிலயும் சரி வேலையிலயும் சரி, எதுக்கு எத செய்றோம்னு தெரியாம செய்தோம்னா அந்த வேலை கேவலமா தான் இருக்கும். எப்போதுமே முழுசா தெரிஞ்சிகிட்டு தான் நாம வேலையைத் தொடங்கணும். ஆங்கிலத்துல இத 'Big Picture'னு சொல்லுவாங்க. அதனால எந்த வேலை செய்தாலும், அதனால நிறுவனத்துக்கு என்ன லாபம்? உங்களுக்கு என்ன லாபம்? வாடிக்கையாளர்களுக்கு என்ன லாபம்? சக ஊழியர்களுக்கு உங்க வேலையினால என்ன கிடைக்குது? இதெல்லாம் தெரிஞ்சிகிட்டு வேலை செய்யுங்க” என்று ஒவ்வொருவரது வேலை குறித்தும் தனித்தனியே வகுப்பு எடுத்துவிட்டு காலை 10 மணிக்குப் பின்பு ஓட்டல் திராவிடாஸில் நடைபெறும் ஓராண்டு நிறைவு விழாவில் கலந்துகொள்ள ரீட்டா சென்றார்.

ஓட்டலின் வாசல் வரை சிவப்புக் கம்பளம் விரிக்கப்பட்டு இருந்தது. ரோல்ஸ் ராய்ஸ் போட் டெயில் காரில் ஏறிய ரீட்டா நேராக வாசலில் சிகப்புக் கம்பளத்தின் மீது காலை வைத்து இறங்கினார். அடுத்ததாக விரிவுரையாளர்.அறிவும் இறங்கினார். சிவப்பு நிற நீண்ட கவுனும், கழுத்தில் வைரம் பதிக்கப்பட்ட பிளாட்டினம் நெக்லெஸும் அணிந்தபடி ரீட்டாவின் கண்களும் புன்னகையில் அவருடைய பற்களும் ஜொளித்தன. அறிவு ஒரு ஊதா நிற கோட்டும், உள்ளே வெள்ளை சட்டையும், ஊதா நிற டையும் அணிந்திருந்தார்.

தனது தங்கை தமிழரசியின் பெயரில் தொடங்கப்பட்ட அறக்கட்டளை மூலமாக பலனடைந்த பல்வேறு சிறுவர், சிறுமியர், ஏழை எளியோரின் கலை நிகழ்ச்சிகள் சிறப்பாக நடைபெற்றன. கலைநிகழ்ச்சிகளைத் தொடர்ந்து ரீட்டா தமிழ்ச்செல்வியைப் பேசும்படி மேடைக்கு அழைத்தனர்.

"இங்குக் குழுமியிருக்கும் அனைவருக்கும் வணக்கம்! எல்லோரையும் வாழவைப்போம், நல்லோராய் வாழவைப்போம்! என்பதே எங்கள் தாரக மந்திரம். இந்த ஹோட்டல் திராவிடாஸ் எனது தங்கையின் கனவு. எங்கள் சிறுவயதில் நாங்கள் வீடு தேடி அலைந்தபோது பல வீடுகளில் 'இறைச்சி உண்பவர்களுக்கு வீடு கிடையாது!" என்கிற பதாகைகளை நாங்கள் பார்த்தோம். எங்களுடைய பெற்றோரின் மதத்தின் காரணமாகவும் பல இடங்களில் எங்களுக்கு வீடு மறுக்கப்பட்டது. பள்ளியிலும் மாமிச உணவு எடுத்துச் செல்ல பல நேரங்களில் தடை விதிக்கப்பட்டது 100இல் 3 மாணவர்கள் அவற்றை உண்பதில்லை என்கிற ஒரே காரணத்திற்காக. இதுமட்டுமல்ல, சினிமாவிலும், நாடகங்களிலும், ஏன் உணவு சமைக்கும் போட்டிகளிலும் கூட மாமிச உணவு, குறிப்பாக மாட்டிறைச்சி உண்பவர்கள் வெறுப்புணர்வோடு பார்க்கப்படுகின்றனர், ஏளனம் செய்யப்படுகின்றனர். இதற்காகவே பிரத்தியேகமாக, சத்துமிக்க மாமிச உணவுகளை அனைவரும் உண்ணும் வண்ணம் தயாரித்துக் கொடுக்க வேண்டும் என்கிற ஆசை என் தங்கைக்கு இருந்தது. அதை நிறைவேற்றுவதற்காகவே இந்த ஹோட்டல் திராவிடாஸ் மற்றும் பல தொண்டு நிறுவனங்களை நாங்கள் நடத்தி வருகிறோம். சுமார் 2 ஆண்டுகளுக்கு முன்பாக எனது கணவராக இருந்த முகமது அவர்களும் மாட்டிறைச்சி உண்டதற்காகவே வடநாட்டில் சில தேசவிரோதிகளால் கொல்லப்பட்டார். நாங்கள் தொடங்கிய நிறுவனத்தில் அவருடைய பங்குகளை விற்று அதில் கிடைத்த வருமானத்தில் பண்ணைகளை வாங்கி, விலங்குகளை ஆரோக்கியமாக வளர்த்து, அந்த விலங்குகளின் இறைச்சியைக் கொண்டு தான் இந்த ஓட்டல் திராவிடாஸை நாங்கள் நடத்தி வருகிறோம். ரோட்டில் கொல்லப்பட்ட மாடுகள் எங்களுக்குத் தேவை இல்லை, அத்தகைய மாமிசத்தை இங்கே நாங்கள் கொடுப்பதும் இல்லை என்பதை இன்றைய தினம் நாங்கள் நிரூபித்துவிட்டோம் என்பதில் மகிழ்ச்சி அடைகிறேன்." என்று கூறி ரீட்டா தமிழ்ச்செல்வி தன் பேச்சை முடித்து வைத்தார்.

அடுத்ததாகப் பேச வந்த அறிவு, "நம் சமுதாயத்தில் பலர் பல காரணங்களுக்காக ஒடுக்கப்படுகிறார்கள். சிறுவயதில் என்னைச் சாதியைக் காட்டி ஒடுக்கினார்கள். பின்னர் எனது உணவுப் பழக்கத்தைக் காட்டி ஒடுக்கினார்கள். நானும் அறியாமையால் வேற்று பாலினத்து மக்-

களை ஒடுக்கி இருக்கிறேன். இந்த ஒடுக்குமுறைகளில் இருந்து என்னை வெளியே கொண்டுவர உதவியது கல்வி மட்டுமே. அவ்வகையில், இன்றைய நாளில் அனைவரையும் வாழவைக்க வேண்டும், மகிழ்வுடன் வாழவைக்க வேண்டும் என்கிற குறிக்கோளுடன் ஓட்டல் திராவிடாஸையும் அதைச் சார்ந்த பல தொண்டு நிறுவனங்களையும் நாங்கள் உருவாக்கி இருக்கிறோம். இங்கு சுத்தமான உணவு என்பது பலரது மனதில் உணவைச் சமைக்கிற முறையை அல்லாமல் உணவு சமைப்பவரின் சமூகத்தைக் கொண்டு தீர்மானிக்கப்படுகிறது. அந்த மனநிலையில் இருந்து நாம் வெளிவரும்போது தான் சத்தான உணவைச் சாப்பிட வேண்டும் என்கிற ஆரோக்கியமான மனநிலைக்கு வரமுடியும். நாளைய நம் தேசம் ஆரோக்கியமான மனநிலை கொண்டதாக இருக்கும்!" என்று கூறி தன் உரையை முடித்து வைத்தார்.

அவர்கள் பேசி முடித்தபோது, மேற்கூரையின் வழியாக இறங்கிய மூதேவி தனது கைகளில் பிடித்திருந்த கயவர்களை அனைவர் முன்பாகவும் காட்டினார். தனது கண்கள் வழியாகவும், ஒவ்வொருவருடைய மொபைல் சாதனங்கள் வழியாகவும் மூதேவிக்கும் மாடுகளைக் கொன்றவர்களுக்கும் இடையே நடந்த போராட்டத்தையும், அவர்களிடம் தனிப்பட்ட முறையில் செய்த நேர்காணலையும் ஒளிபரப்பினாள்.

"இவர்களா இப்படிச் செய்தார்கள்!" என்று அனைவரும் ஆச்சரியம் அடைந்தனர்.

4

கிரீட்டா தமிழரசி அறிமுகம்

இயற்கையான காற்று, பார்க்கும் இடமெல்லாம் பச்சைப் பசேல் என்று வயல்கள், ஒரு தெருவுக்கும் மறு தெருவுக்கும் இரண்டு வெவ்வேறு தண்ணீர்த்தொட்டிகள் என்கிறிர்ந்த ஒரு கிராமப்புறத்தில், தன்னைச் சுற்றிலும் தீட்டுத் துணியின் வாடை. பேசுவதற்கு யாருமில்லை. தனி அறையில் அமர்ந்திருந்தாள் கிரீட்டா தமிழரசி. இவள் ரீட்டாவின் தங்கை. நிலவைப் போல நிறம்கொண்டவளின் கன்னத்தில் பளார் என்று சூரியன் அறைந்தது போல் இருந்தது மதிய வெயில். என்ன செய்வதென்று தெரியவில்லை, பேசுவதற்கும் எவருமில்லை. கைவசம் ஒரு சின்ன பட்டன் ஃபோன் கூட இல்லை. தன் நிலையை நினைத்து கண் கலங்கினாள் கிரீட்டா. சானிட்டரி நாப்கின், மென்ஸ்டுரல் கப் என்று நாகரீகம் வளர்ந்துவிட்ட காலத்திலும் தேனி அருகே இப்படி ஒரு கிராமத்தில் வந்து சிக்கிக்கொண்டதை நினைத்து கிரீட்டா நொந்துகொண்டாள். மாதவிடாய் வந்த பெண் அந்தத் தெருவின் கடைகோடியில் தனியாகக் கட்டப்பட்ட ஒரு சின்ன அறையில் தான் தங்க வேண்டும். மதிய உணவை அவளுடைய குடும்பத்தைச் சார்ந்த யாராவது ஒரு பெண் ஒரு சிறு துவாரத்தின் வழியாக உள்ளே தள்ளி விடுவார்கள். அந்தத் தட்டில் சாப்பிட்டுவிட்டு, அறையில் உள்ள குழாயில் தண்ணீரைப் பிடித்து கழுவி அங்கேயே வைத்துக்கொள்ள வேண்டும். பீரியட்ஸ் முடியும்வரை இந்த நரகத்தில் தான் வாழ்ந்தாக வேண்டும்.

சில வருடங்களுக்கு முன் ரீட்டா தமிழ்ச்செல்வியைப் பெண்பார்க்க மாப்பிள்ளை வீட்டார் வந்திருந்தனர். வடையும் பஜ்ஜியும் சாப்பிட்டுக்கொண்டிருந்த மாப்பிள்ளை வீட்டாருக்கு ரீட்டாவை விட பலமடங்கு வெள்ளையாக இருந்த கிரீட்டா கண்ணில் பட்டாள். 12ஆம் வகுப்பு தான் படித்திருந்தாள் கிரீட்டா.

“யார் இது?” என்று மாப்பிள்ளையாக வந்த நபர் கேட்க

“இது ரீட்டாவின் தங்கை கிரீட்டா?” என்று பதிலளித்தனர் அவருடைய பெற்றோர்

சிறிது நேரம் கிசுகிசுவென பேசிய மாப்பிள்ளை வீட்டார், “எங்களுக்கு உங்க இரண்டாவது மகளைப் பிடித்திருக்கிறது!” என்றனர்.

ரீட்டாவின் பெற்றோருக்கு என்ன செய்வது என்றே தெரியவில்லை. ரீட்டாவின் அப்பா பிறந்த கிராமத்தில் மாப்பிள்ளை வீட்டார் பெரும் பணக்காரர்கள்.

“பெரியவ இருக்கும்போது சின்னவள கட்டிக்கொடுத்தா?..” என்று தயங்கிய ரீட்டாவின் பெற்றோரிடம்

“இஷ்டம் இருந்தா சின்னப் பொண்ண கட்டிக்கொடுங்க, இல்லைனா நாங்க கிளம்புறோம், வேணும்னா 10 பவுன் கம்மியா கூட போட்டுக்கோங்க!” என்றனர் மாட்டு வியாபாரம் செய்வது போல பெண் வாங்க வந்த வியாபாரிகள்.

மதமெனப் பிரிந்தபோதும் ஜாதி ஒன்றுதானே என்று திருமணம் செய்து வைத்திருந்தனர் கிரீட்டாவின் பெற்றோர். தங்கள் ஜாதியில் இப்படி ஒரு பணக்கார வரண் கிடைப்பது அரிது. பல தயக்கங்களுக்குப் பின் வெள்ளையாக இருந்த தங்கைக்குத் திருமணம் முடிந்தது. தினமும் அவள் கணவன் ராம் அவளையே சுற்றி வந்தான்.

“எனக்கு இப்போ குழந்தை பெற்றுக்கொள்ள விருப்பமில்லை, மேலே படிக்க ஆசைப்படுகிறேன்!” என்று கிரீட்டா கூறினாள்

”அதெல்லாம் கவலைப்படாத அப்படி ஆகாம நான் பார்த்துக்குறேன்!” என்றான் ராம்.

5
குழந்தைத் திருமணங்கள்

ஊரிலேயே பெரிய கோவில் அது, பல நூற்றாண்டுகளுக்கு முன்பு ஒரு பேரரசனால் கட்டப்பட்டது. 50க்கும் மேற்பட்ட தீட்சிதர்கள் அங்கே குழுமி இருந்தார்கள். மங்கள வாத்தியங்கள் இசைக்கப்பட்டு இருந்தன. தீட்சிதர்கள் தவிர வேறு யாருக்கும் அனுமதி வழங்கப்படவில்லை. உயர்சாதியினர் என்று அழைக்கப்படவர்களுக்கும் அனுமதி அளிக்கப்படவில்லை. தீட்சிதர் ஒருவர் பட்டு வேட்டி கட்டிக்கொண்டு திருமணத்-திற்கான சடங்குகளைச் செய்துகொண்டு இருந்தார். அவருக்கு 15 வயது இருக்கும். மணப்பொண்ண கூப்டுங்கோ நாளியாகிடுத்து என்றதும் ஒரு 13 வயது சிறுமியை இழுத்துக்கொண்டு வந்தனர். சிறுமியின் கண்க-ளில் கண்ணீர் ததும்பியது. மணப்பெண்ணைக் கட்டாயமாகத் திருமண மேடையில் அமர வைத்தனர். சிறுமியின் மனதில் லப் டப் லப் டப் என்று இதயம் படபடத்தது. "அழாம உட்காரு டி" என்று அவளுடைய உறவினர்கள் திட்டினார்கள்.

இந்தச் சம்பவங்கள் நடந்துகொண்டு இருக்கும்போது ஒரு கரப்பான்-பூச்சி கொஞ்சம் கொஞ்சமாகக் கோவில் கலசத்தை நோக்கிப் பயணப்-பட்டுக்கொண்டு இருந்தது. அங்கிருந்து திருமண மேடையை எட்-டிப்பார்த்துக்கொண்டிருந்த அந்தக் கரப்பான்பூச்சி திடீரென வெடித்துப் புகையைக் கிளப்பியது, அப்போது திடீரென்று கோவில் கலசத்தின் மேல் இருந்து ஒரு உருவம் கீழே குதித்தது. அந்த உருவத்தின் கைகளில்

இருந்து கரப்பான் பூச்சிகள் அங்கு அமர்ந்திருந்த அனைவர் மீதும் ஏறின. தீட்சிதர்கள் அனைவரும், அவர்களோடு உறவினர்களும் பதறி அடித்துக்கொண்டு ஓடினார்கள். அந்த உருவம் சிறுமியைத் தூக்கிச் சென்றது.

“அக்கா! நீங்க யாரு?” என்று அந்தச் சிறுமி கேட்க

“நான் மூதேவி!” என்று அந்த உருவம் பதிலளித்தது.

அருகில் ஒரு முஸ்லீம் திருமணம் நடைபெற்றுக்கொண்டு இருந்தது. மணமகன் ஒரு இடத்திலும் மணமகள் அருகில் மற்றொரு இடத்திலும் இருந்தனர். மணமகனுக்கு 25 வயது, மணமகளுக்கு 15 வயது. மணமகளுக்குத் திருமணத்தில் விருப்பம் இல்லாமல் மேற்கொண்டு படிக்க வேண்டும் என்று ஆசைப்பட்டாள். திருமண வைபவம் நடந்துகொண்டு இருந்தபோது பெண் அறைக்குள் ஒரு உருவம் நுழைந்தது. அந்த உருவத்திடம் இருந்து பல கரப்பான்பூச்சிகள் கிளம்பின. பெண்கள் எல்லோரும் பயந்து அலறி வெளியேறினர். மணப்பெண்ணைத் தூக்கிக்கொண்டு அந்த உருவம் வெளியேறியது.

“அக்கா! நீங்க யாரு?” என்று அந்தப் பெண் கேட்டாள்

“நான் மூதேவி!” என்று அந்த உருவம் பதிலளித்தது.

அடுத்ததாகக் கிராமப்புறத்தில் நடைபெற இருந்த ஒரு குழந்தைத் திருமணத்தையும் அதே போலத் தடுத்து அந்தச் சிறுமியையும் அந்த உருவம் கூட்டிக்கொண்டு போனது.

இது செய்திகளில் பரபரப்பாகப் பேசப்பட்டது.

தினமலம் செய்தியாளர் தீட்சதர்களிடம் பேட்டி எடுத்தார், “இது எங்கவாவோட தனிப்பட்ட திருமணச் சடங்கு, இதுல தலையிட யாருக்கும் உரிமை இல்ல.”

”உங்க பொண்ண கடத்திட்டுப்போன அந்த உருவம் எப்படி இருந்துச்சு”

“ஒரு மாதிரி கருப்பு டிரெஸ், இந்த காமிக்ஸ்ல எல்லாம் வருவாள்ல!”

6

பெண் பார்க்கும் படலம்

ரீட்டா தமிழ்ச்செல்வி வீட்டிற்கு வந்திருந்தாள்...

"இன்னக்கி சாயங்காலம் மாப்ள வீட்ல இருந்து பொண்ணு பார்க்க வராங்க! ரெடியா இரு!" என்றார் அப்பா

"யார பொண்ணு பார்க்க?" என்றார் ரீட்டா

"உன்னைய தான், எத்தன நாள் இப்படியே தனியா இருக்கப்போற?" என்றார் ரீட்டாவின் அம்மா

"சரி வரட்டும் பார்த்துக்குறேன்" என்று மனதில் நினைத்துக்கொண்டார் ரீட்டா.

மாப்பிள்ளை வீட்டார் சாயங்காலம் வந்தனர். அனைவரும் அமர்ந்திருந்தனர். ரீட்டா வழக்கம் போல் தனது டிசர்ட், நைட் பேண்ட்டுடன் வந்து முன்னே அமர்ந்தார்.

"பொண்ணு நிறைய படிச்சிருக்காம், அந்த 20 மாடி கட்டடம் இருக்கே, அந்த கம்பெனிக்கே இந்தப் பொண்ணு தான் ஓனராம்!" என்று சொந்தபந்தங்கள் பேசிக்கொண்டு இருந்தார்கள்.

எதுவும் பேசாமல் இவர்கள் என்ன சொல்கிறார்கள் என்பதைக் கவனித்துக்கொண்டு இருந்தார் ரீட்டா.

மாப்பிள்ளையின் தந்தை பேசத் தொடங்கினார், "என் மகன் நல்லா படிச்ச பொண்ணு தான் பொண்ணு பார்க்கணும்னு இருந்தான், விசாரிச்-

சப்ப நம்ம ஆளுங்கள்லயே நல்ல வரண் இருக்குனு சபாபதி சொன்னார். அதான் பார்க்க வந்தோம். பொண்ண ரொம்ப பிடிச்சிருக்கு, ஆனா கல்யாணத்துக்கு அப்புறம் வேலைக்கெல்லாம் போகக்கூடாது வீட்டோட தான் இருக்கணும். அதோட பொண்ணு நிறம் கொஞ்சம் கம்மி தான், இருந்தாலும் பரவாயில்ல அட்ஜெஸ்ட் பண்ணிக்கிறோம், நீங்க பார்த்து உங்க பொண்ணுக்கு என்ன செய்யணுமோ கொஞ்சம் கூடுதலா செய்யுங்க!"

"நீங்க மட்டும் வந்திருக்கீங்க, மாப்பிள்ளை வரலையா?" என்றார் ரீட்டாவின் அப்பா

"அவன் இந்தப் பெரியார் கிரியார்னு படிச்சிட்டு ஜாதி வேண்டாம், மதம் வேண்டாம்னுட்டு திரிவான். அதான் அவன் வராமலே பொண்ணு பார்த்து முடிவு பண்ணிட்டோம்னா பிறகு நாம சொல்ற பொண்ணு கழுத்துல தாலிய கட்டிடுவான் பாருங்க!" என்றார் மாப்பிள்ளையின் அப்பா.

"அங்கில் உங்க பக்கத்துல ஒரு கேன்ல டி இருக்கு, டேபிள்ல பிஸ்கட் இருக்கு! எல்லாரும் சாப்டுட்டு டி குடிங்க" புன்னகையோடு சொன்னார் ரீட்டா.

"பரவாயில்ல, டிசர்ட் நைட் பேண்ட் போட்டிருந்தாலும் பொண்ணு நல்லா உபசரிக்குது" என்றார் மாப்பிள்ளையின் தாயார். பொண்ணு மாதம் 1 கோடி வருமானம் ஈட்டுவதாக சபாபதி கூறியதால் இதையெல்லாம் மாப்பிள்ளை வீட்டார் பெருந்தன்மையோடு ஏற்றுக்கொண்டனர். திருமணம் செய்தால் அந்த வேலை தன் மகனுக்குத் தானே!

"வரதட்சனை என்று எதையும் பேசக்கூடாது!" என்று ரீட்டா முன்பே அவருடைய பெற்றோரிடம் பேசி இருந்ததால் ரீட்டாவின் பெற்றோர் அதைப் பற்றியெல்லாம் வாயே திறக்கவில்லை.

ஒருவழியாக மாப்பிள்ளை வீட்டார் கிளம்பினார்கள். வீட்டிற்கு வெளியே அவர்களைக் கூட்டிக்கொண்டு போய் வாக்கிங் ஸ்டிக்கோடு வந்திருந்த மாப்பிள்ளையின் அம்மாவை கைத்தாங்களாகக் காரில் ஏற்றிவிட்டார் ரீட்டா.

. 'Consent' அதாவது சம்மந்தப்பட்டவங்களோட 'ஒப்புதல்' அல்லது 'அனுமதி' அப்படிங்கிறத பற்றி இந்தப் பெருவாரியான சமுதாயம் கண்டுக்கிறதே கிடையாது. அதுலயும் முக்கியமான வாழ்க்கைத் தீர்மானங்கள் எடுக்கும்போது அதுகுறித்து வாழப்போறவங்க சம்மதம் எதுக்கு

பெத்தவங்க சம்மதம் இருந்தா போதும்னு நினைக்கிறவங்க அதிகம். அனுமதி இல்லாம கணவனே தொட்டாலும் அது குற்றம்னு நம்ம நாட்டு சட்டம் சொல்லுது, ஆனா அதையெல்லாம் குப்பையா கூட மதிக்காத பெற்றோர் கிட்ட வாக்குவாதம் பண்ணி பயனில்லைனு ரீட்டா நினைத்தாள்.

"என்னோட நிறுவனத்தோட ஆராய்ச்சி மற்றும் மேம்பாட்டுப் பிரிவுல கொஞ்சம் வேலை இருக்கு, நான் கிளம்புறேன்!" என்று சொல்லி தன் லகேஜுகளைக் காரில் ஏற்றிக்கொண்டு கிளம்பினார் ரீட்டா.

கார் புறப்படும் முன்பு, "மாப்பிள்ளை வீட்டுக்காரங்க பேசினதும் சொல்றேன்! நீ வந்துடு!" என்று ரீட்டாவின் பெற்றோர் அவளிடம் கூறினார்கள்.

ஒரு நமட்டுச் சிரிப்போடு கிளம்பினார் ரீட்டா.

7

சேஷா டியூசன் சென்டர்

சேஷா டியூசன் சென்டர் தான் அந்த ஊரிலேயே மிகவும் பிரசித்திபெற்ற டியூசன் சென்டர். அதன் நிறுவனர் வெங்கடராமன் வெறும் 1000 சதுரடியில் சொந்தமாக வீடு வைத்திருக்கும், மாதம் வெறும் 65,000 மட்டுமே சம்பாதிக்கும் ஒரு ஏழை. திறமை இருந்தும் வாய்ப்பு பெறாத பல மாணவர்களுக்கு நடுவே இவரின் ஏழ்மையின் அடிப்படையில் எப்படியோ இவருடைய பிள்ளைகளுக்குக் கல்லூரியில் சீட் கிடைத்துள்ளது. ஒரு அந்தி மாலை நேரம். சூரியத்தாய் தன் போர்வையை இழுத்துப் போர்த்திக்கொள்ளத் தொடங்கினாள். வெங்கடராமன் கிளம்பிக்கொண்டு இருந்தார்.

“ஏண்ணா, புதுசா நேத்து ஒரு பொண்ணு வந்துச்சே, நீங்க டியூசனுக்குச் சேர்த்துக்கலையாமே!” அவருடைய மனைவி கோதாவரி கேட்டார்.

“நகைய அடமானம் வெச்சி தான் போன தடவ நீட் எக்ஸாம் எழுதினாளாம், இன்னும் காலேஜ் ஃபீஸ் கட்ட என்னென்னத்த அடமானம் வைக்கப்போறாளோ, ஹா, ஹா ஹா!” என்று சிரித்திக்கொண்டே. “அவாளெல்லாம் படிச்சுண்டா, பின்ன நாம என்னடி ஆவுறது?” என்றார்.

“அது சரிண்ணா, நமக்கு வருமானம் வேணுமே!” என்றார் கோதாவரி

“வேற ஏதாவது நகை நட்டு இருந்தா வித்துட்டு வந்து டியூசன் ஃபீஸ் கட்டுங்கோனு சொல்லிருக்கேன்! நகைய அடமானம் வைப்பாளோ அப்டியே திரும்பி ஊரப்பார்க்கப் போவாளோ!”

“ஏதோ பகவான் விட்ட வழி!”

”10 மணிக்கு நீட் கோச்சிங் பேட்ச் வராளா பாப்போம்! இப்போ ஜெனரல் டியூஷன் எல்லா கிளாஸும் வருவா நான் கிளம்புறேன்”

டியூசன் செண்டரில் படித்த மாணவர்கள் அனைவரும் மாடியில் ஆங்காங்கே வகுப்புவாரியாக அமர்ந்து படித்துக்கொண்டு இருந்தனர்.

8ஆம் வகுப்பில் அமர்ந்திருந்த தமிழ்ச்செல்வியைக் கூப்பிட்டு எழுத்துப்பலகையை அழிக்கச் சொன்னார் வெங்கடராமன்.

3ஆம் வகுப்புப் பிரிவில் அமர்ந்திருந்த அவள் தங்கையைப் பார்த்து, “என்ன தமிழரசி! நிஜமாவே இவ உன் அக்கா தானா? கலர் காம்பினேஷன் கொஞ்சம் கூட மேட்ச் ஆகல, சரி சரி பாடத்த படி!” என்று ஜோக் செய்ததாக நினைத்துக்கொண்டு சிரித்தார் வெங்கடராமன்.

டியூசனில் இருந்த மாணவர்கள் அனைவரும் ரீட்டா தமிழ்ச்செல்வியைப் பார்த்து மிகவும் கேவலமாகச் சிரிக்கவும் கிண்டலடிக்கவும் தொடங்கினார்கள். பொதுவாகவே ஒடுக்கப்படுகிறவர்களைக் கேவலப்படுத்தித் தான் நாம் நகைச்சுவைகளை உருவாக்கிக்கொண்டு இருக்கிறோம். “சங்கூதுற வயசுல சங்கீதா!” என்று வயதைக் கிண்டல் செய்வதாகட்டும், “ஆட்டோ புதையிது டா!” என்று உடல் பருமனானவர்களைக் கிண்டல் செய்வதாகட்டும், வடிவேலுவால் ஒரு அறையில் பூட்டி வைக்கப்பட்ட மாணவி பாலியல் வன்புணர்வு செய்யப்படுவதாகட்டும், நம் சிந்தனை யார் ஒடுக்கப்படுகிறார்களோ அவர்களையே காட்சிப்பொருளாக மாற்றி வேடிக்கை பார்ப்பது தான்.

டியூசன் செண்டரே சிரித்துக்கொண்டு இருந்தபோது திடீரென்று போலீஸார் செண்டருக்குள் வந்தனர். ”இங்க யாரு வெங்கடராமன்” என்று தடித்த குரலில் ஒருவர் கூப்பிட்டார்.

வெங்கடராமனின் நாடி நரம்பெல்லாம் வெலவெலத்துப் போனது. “யார் நீங்க? எதுக்கு உள்ள வந்தீங்க?”

“காரணமா? வந்து ஜீப்ல ஏறு விளாவாரியா சொல்லுறேன்!”

"அதெல்லாம் முடியாது, எங்க அண்ணி என்னவா இருக்காங்க தெரியுமா?"

"உங்க அண்ணியையும் நீ இப்படித் தான் பண்ணுவியா? வாடா ஸ்டேஷனுக்கு" என்று வழிநெடுகும் இழுத்துக்கொண்டே போய் ஜீப்பில் ஏற்றினார் அந்த சப்-இன்ஸ்பெக்டர் கருப்பசாமி. இதை எல்லாம் அவருடைய மகன்கள் பட்டாபிராமனும் கோதண்டராமனும் பார்த்துக்கொண்டு இருந்தார்கள்.

8

சிவப்பு விளக்குப் பகுதி

ஒரு சிவப்பு விளக்குப் பகுதியின் முன்பு ஒரு பெரிய கண்டெய்னர் லாரி வந்து நின்றது. அதில் கடத்தப்பட்டு வந்த சிறுமிகள் பலர் இருந்தனர். அவர்களை இழுத்துக்கொண்டு போய் வெவ்வேறு அறைகளில் விட்டுக்கொண்டு இருந்தனர் பல தடிமாடுகள். உள்ளூர் அரசியல்வாதிகள் முதல் லோக்கல் போலீஸ் வரை அனைவருக்கும் மாமூல் சென்றுகொண்டு இருந்தது. மறுபுறம், உடலுறவுத் தொழிலாளிகளையும் மற்ற தொழிலாளிகளைப் போல அங்கீகரிக்க வேண்டும் என்று போராட்டம் நடந்துகொண்டு இருந்தது. மனைவிக்குத் துரோகம் செய்பவர்களும், பாலியல் வன்புணர்வுகளுக்குப் பயிற்சி எடுப்பவர்களும் என ஆண் நச்சுத்தன்மை உடையவர்களுக்கு ஒரு பயிற்சிமுகாமாக அந்தச் சிவப்புவிளக்குப் பகுதி திகழ்ந்துகொண்டு இருந்தது.

விருப்பத்தோடு தங்கள் உடல்களை விற்றவர்கள் மாடமாளிகைகளில் பல கோடீஸ்வர வாடிக்கையாளர்களுடன் மகிழ்ந்துகொண்டிருக்க, இங்கே கணவனால் கைவிடப்பட்டவர்களும், பெற்ற தந்தையால் விற்கப்பட்டவர்களும் இங்கு அநேகம்.

அந்த இரவுப்பொழுதில் இரவு அன்னை அவர்களில் பலருக்குத் தூக்கத்தைக் கொடுக்க முடியவில்லை. ராட்சதர்கள் பலர் தங்கள் வெறியைத் தணிக்க அங்கே வந்திருந்தனர். திடீரென்று எல்லா அறையின் உள்ளேயும் கரப்பான்பூச்சிகள் நுழைந்தன. சொல்லி வைத்தாற்போல்

எல்லாக் கரப்பான்பூச்சிகளும் ஒரே நேரத்தில் வெடித்தன. அதில் வந்த புகையில் வாடிக்கையாளர்களும் விடுதியை நடத்தியவர்களும், கடத்தப்பட்ட சிறுமிகளும் மயங்கிக் கிடக்க. மூதேவி அந்தச் சிறுமிகளை எல்லாம் மீட்டுக்கொண்டு வந்தாள்.

9

ரீட்டா பள்ளிப்பருவம்

ரீட்டாவின் வாழ்வில் படிக்கும் காலத்தில் இதுபோன்ற சம்பவங்கள் பல நிகழ்ந்துள்ளன. ரீட்டா பயின்றது ஒரு கிறித்தவ கான்வெண்ட் பள்ளி. 10ஆம் வகுப்பு முடிந்து 11ஆம் வகுப்பு சென்றபோது அங்கு ஒரு ஸ்ட்-ரிக்டான ஆசிரியை வந்திருந்தார். அவருடைய பெயர் எலக்ட்ரா. எல்-லோரையும் 88ஆம் பக்கத்தில் உள்ள கணக்கை எடுத்து வைத்துக்-கொள்ளும்படி சொன்ன எலக்ட்ரா எழுத்துப்பலகையில் எழுதத் தொடங்-கியபோது காற்று பலமாக வீசியது. வீசிய காற்று வீசிவிட்டுப் போகாமல், தமிழ்ச்செல்வியின் கணக்குப் புத்தகத்தை சற்று புரட்டிவிட்டுச் சென்றது. வகுப்பு மாணவர்களைத் திரும்பிப் பார்த்த எலக்ட்ரா டீச்சருக்கு கருத்த மேனியும், இருளின் கருணையும் கொண்ட ரீட்டா தன் கோபத்தின் வெளிப்பாட்டை வெளிப்படுத்துவதற்கான சிறந்த பாத்திரமாகப் பட்டாள். ஆசிரியர்கள் திட்டினாலும் அடித்தாலும் வழக்குப் பதியப்படாத நாட்கள் அவை. டீச்சரிடம் அடிவாங்கியதாக வீட்டில் சொன்னால், ‘அப்படி நீ என்ன தவறு செய்தாய்’ என்று தனியாகப் பெற்றோரிடமும் அடி வாங்க வேண்டிய சூழ்நிலை ஏற்படும் அழகிய நிலாக் காலம்.

எலக்ட்ரா டீச்சர் ரீட்டா தமிழ்ச்செல்வியின் அருகே வந்து பளார் என அவள் கன்னத்தில் அறைய வகுப்பே ஒருவிசை ஸ்தம்பித்துப் போனது. ”88ஆம் பக்கம் எடுத்து வைக்கச் சொன்னா உன் இஷ்டத்-துக்கு எந்தப் பக்கத்த பார்த்துட்டு இருக்க?”

ரீட்டாவின் கண்களில் நீர் பெருக்கெடுத்தது, ஆனால் அது நிலத்தில் சிந்தவில்லை.

பள்ளி தொடங்கிய சில நாட்களில், ஒரு நாள் கணக்குப் பாடத்தில் Class Test நடந்தது. முதலில் காயத்திரியை அழைத்தார். “என்னமா! 80% தான் வாங்கி இருக்க, சின்ன சின்ன + - தப்பெல்லாம் இல்லாம இருந்தா 100 வாங்கிருக்கலாம்”

அடுத்து நிலோஃபரை அழைத்தார், “95% ஒரே ஒரு மிஸ்டேக், அது இல்லைனா நீ தான் கிளாஸ் ஃபர்ஸ்ட்” என்றதும் நிலோஃபருக்கு அழுகை கண்களில் ஊற்றெடுத்தது.

அடுத்த நபரைக் கூப்பிடும் முன்பே எலக்ட்ரா டீச்சருக்கு கண்கள் சிவந்தன, மூச்சு பலமாக இருந்தது. அவரால் கோபத்தை அடக்க முடியவில்லை. இவள் முகத்தைப் பார்த்தாலே தெரிகிறது, கருமையான முகம், நிச்சயம் இவள் படித்திருக்கமாட்டாள், வகுப்பில் முதல் முறையாக அடிவாங்கியவளும் இவள் தான். படிக்கிற பிள்ளைகளைப் பார்த்தாலே தெரிந்துவிடும் வெள்ளை நிறத்தில் அவர்கள் முகம் ஒளிரும் என்கிற எண்ணம் எலக்ட்ராவுக்கு. “ரீட்டா தமிழ்ச்செல்வி! உண்மைய சொல்லு நீ பிட் அடிச்சு தான எழுதின, எப்படி நல்லா படிக்கிற பிள்ளைங்களே 100/100 வாங்கல, உன் மூஞ்ச பார்த்தாலே நீ தப்பு பண்ணிருப்பனு தெரியுது” என்று மிரட்டினார்.

இருள் என்பது அனைவருக்கும் உறக்கம் கொடுக்கும், அனைவரையும் அரவணைக்கும், ஆதிகால ஆப்பிரிக்க மக்கள் சேத் என்கிற கடவுளை இரவின் கடவுளாகவும் இருளின் கடவுளாகவும் வழிபட்டனர். அதே சமயம், இரவில் கொடூர கொள்ளைச் சம்பவங்களும், கொடூர விலங்குகள், பாம்புகள், தேள்களின் தாக்குதலும் ஏற்பட்டதால் இரவுக்கு அஞ்சி இருளைப் பிற்காலத்தில் கெட்ட கடவுளாக மாற்றினர். நாளடைவில், இருள் என்பது தீயசக்தி, சாத்தான் என்றெல்லாம் வடிவம் பெற்று சேத் என அழைக்கப்பட்ட இருள் 'சாத்தான்' என அழைக்கப்பட்டது.

தன் சாத்தான் முகத்தைக் காட்டும் நேரம் வந்தது ரீட்டா தமிழ்ச்செல்விக்கு. தன் கருவிழியால் தன் ஆசிரியையைச் சுட்டெறித்தாள் தமிழ்ச்செல்வி. அமைதியானவள், கருமையானவள் இவளை என்னமும் செய்யலாம் என்று எண்ணியிருந்த எலக்ட்ராவுக்கு ரீட்டாவின் பார்வை ஒற்றைப் பதிலை அளித்தது. அந்தப் பார்வை கொடுத்த திகில் எலக்ட்-

ராவைப் படபடக்கச் செய்து வகுப்பில் இருந்து ஓடச் செய்தது. வகுப்பில் இருந்த பிற மாணாக்கர்களும் இதைச் சற்றும் எதிர்பார்க்கவில்லை.

10
மாட்டைக் கொல்பவர்களும் மூதேவியும்

மாடுகளைக் கொன்ற அந்த இரண்டு வெள்ளை உருவங்களும் இந்தியாவின் மிகப்பெரிய தனியார் கட்டிடத்தில் தங்கள் மின்னல் வாகனத்தைப் பார்க் செய்துவிட்டு. கூரை வழியாக உள்ளே இறங்கினார்கள்.

"சபாஷ் டா! இன்னக்கி ஒரு மாடு கூட தப்பிக்கல!"

"கூடவே ஒரு கரப்பான்பூச்சியையும் கொன்னுட்டோம், ஹா ஹா ஹா!"

"இந்தப் போலீஸ் எல்லாம் மண்டய பிச்சிகிட்டு இருப்பாங்க, ஆனா நம்மல கண்டே பிடிக்க முடியாது, ஹா ஹா ஹா!" என்று சிரித்துக்கொண்டே இருவரும் தங்கள் ஹெல்மட்டைக் கழட்டினார்கள். அதில் ஒரு உருவத்தின் ஹெல்மட்டில் இருந்து கரப்பான் பூச்சி ஒன்று கீழே விழுந்தது.

அது என்ன என்று பார்ப்பதற்குள் அந்த ரோபோ கரப்பான் வெடித்தது. அதில் இருந்து வெளியாகிய புகையில் வெள்ளை உருவங்கள் இரண்டும் மயங்கின.

அந்த வெள்ளை உருவங்கள் கண்களைத் திறந்து பார்த்தபோது கரப்பான்பூச்சி போன்ற ஆடை அணிந்த பெண் அவர்கள் இருவருக்கும் முன்பாக நின்றுகொண்டு இருந்தாள். என்.சி.சி மாணவர்கள் அணிவது போன்ற ஒரு பூட்ஸை அணிந்துகொண்டு இருவரையும் நாள் முழுவதும் உள்காயம் ஏற்படும்படி மிதித்தாள்.

இருவராலும் வலி தாங்க முடியவில்லை.

“ஐயோ! போதும் நிறுத்துங்கோ! எங்கள ஏன் இப்படிப் படுத்துறேள்! உங்களுக்கு என்ன வேணும் சொல்லுங்கோ!” என்றனர்

“யார்டா நீங்க ரெண்டுபேரும்?!”

“நாங்க ரெண்டு பேரும் ரொம்ப ஏழைங்க, ஏதோ ஏழைகளுக்கான ரிசர்வேஷன் வெச்சி தான் காலேஜ் வரைக்கும் படிச்சோம். எங்க அப்பா வருஷத்துக்கு வெறும் 8 லட்சம் ரூபா சம்பாதிக்கிற பரம ஏழ, எங்களுக்கு ஒரு 1000 சதுர அடி நிலம் இருந்துச்சு, அதுல எங்களுக்குன்னு சொந்தமா ரிசர்ச் லேப் வச்சி நடத்திகிட்டு வந்தோம், அப்போ தான் ....”

”அப்போ தான்.. மேல சொல்லு”

”எங்களோட ஆடம்பர வாழ்க்கைக்கு இதெல்லாம் பத்தாதுனு கோவில் சிலைகள திருடி விற்குற ஒரு வெளிநாட்டு கிளையெண்ட் கிடைச்சாங்க!”

“ஓ! சிலை திருடுற கூட்டமா நீங்க, சரி அது போகட்டும் எதுக்காக மாட்டை எல்லாம் கொன்னுட்டு இருக்கீங்க”

”நாங்க எதுக்கு உன் கிட்ட அதெல்லாம் சொல்லணும், முதல்ல நீ யாரு?”

“நான் மூதேவி”

11

ரீட்டாவின் கல்லூரி வாழ்க்கை

ரீட்டாவுக்கு 16 வயது, அவள் உயிரி இயற்பியல் பட்டபப்டிப்பில் (Bsc Biophysic) சேர்ந்தாள். மிகவும் ஆர்வமாக உயிரி இயற்பியலை அவள் படித்துக்கொண்டு இருந்தாள். அதற்கு முந்தைய ஆண்டு முதுகலை உயிரி இயற்பியல் முடித்திருந்த அறிவு (Msc Biophysics) அவர்களுடைய கல்லூரியின் விரிவுரையாளராக (Lecturer) பணியாற்றினார். அவர் Artificial Intelligence based Humanoid என்கிற ஒரு புராஜெக்ட் செய்துகொண்டு இருந்தார். அதில் ரீட்டாவும் மிகவும் ஆர்வமாகக் கலந்துகொண்டு புரொஃபசர் அறிவுக்கு உதவிக்கொண்டு இருந்தாள்.

இதன் இடையே கல்லூரியில் பேச்சுப்போட்டி நடந்தது, அதில் முகமது இஸ்மாயில் என்கிற 2ஆம் ஆண்டு இளங்கலை ரோபோடிக்ஸ் மாணவனும் கலந்துகொண்டான். பேச்சுப்போட்டியின் தலைப்பு, 'இறை நம்பிக்கையும் மனிதமும்'. அவர்கள் பயின்ற கல்லூரி ஒரு கிறிஸ்தவ மிஷனரிகளால் உருவாக்கப்பட்ட கல்லூரி என்பதால் பெரும்பாலான ஆசிரியர்கள் கிறிஸ்தவர்களாகவே இருந்தார்கள். தன் பேச்சின் தொடக்கத்தில் தேவதாசி முறை, சதி முறை, தீண்டாமை போன்ற இறை கருத்துகளால் மனிதம் எப்படி அழிவுற்றது என்று பேசினான். பேச்சுப்போட்டியைக் கேட்டுக்கொண்டிருந்த சமஸ்கிருத ஆசிரியர்கள் வேனுகோபால், அஸ்வினி, கௌசல்யா ஆகியோர் முகத்தில் பளார் என்று அறைந்-

ததுபோல முகம் தொங்கிவிட்டது. மற்ற ஆசிரியர்கள் மிகவும் ஆர்வத்தோடும் புன்னகையோடும் கவனித்துக்கொண்டு இருந்தனர். பர்தா அணியாவிட்டால் பல இஸ்லாமிய பெண்களுக்கு இங்கே படிக்கவே அவர்களுடைய வீட்டில் அனுமதிக்கமாட்டார்கள். இங்குப் பாவமாகக் கருதப்படுபவை சொர்க்கத்தில் மட்டும் எப்படி அனுமதிக்கப்படும் என்று பேசியபோது அரபிக் வாத்தியார் அஹமது மைதீன் முகம் கோபத்தால் நிரம்பியது. ஆப்பிரிக்க மக்களை இயேசுவின் பெயராலும் பைபிள் மூலமாகவும் எப்படி அடிமைப்படுத்தினார்கள், இன்றளவும் இந்து மதத்தின் சாதிப்பிரிவினைகள் எப்படி கிறிஸ்தவத்தை ஆட்டிப்படைக்கின்றன என்று பேசியபோது நேரம் முடிந்துவிட்டது என்று பேச்சை நிறுத்தும்படி நடுவர் குழு கேட்டுக்கொண்டது. கிறிஸ்தவ ஆசிரியர்கள் அனைவரின் முகத்திலும் காரி உமிழ்ந்ததைப் போல் இருந்தது. இதைப் பார்த்துக்கொண்டிருந்த ரீட்டாவுக்கு இத்தனை விஷயங்கள் மதங்கள் செய்திருப்பது அன்று தான் தெரிய வந்தது. தனக்கும் அப்படிப் பேச வேண்டும் என்கிற ஆசை அவளுக்கு ஏற்பட்டது. இருந்தாலும் எப்படி முகமதைச் சந்திப்பது என்று யோசித்துக்கொண்டு இருந்தாள்.

அடுத்த நாள் கல்லூரியில் Extra-curricular activitiesல் சேரும்படி அனைத்து மாணவருக்கும் சுற்றறிக்கை வந்தது. அதில் தடகளப்போட்டிகளில் சேர விரும்புகிறவர்கள் பெயரைக் கொடுக்கும்படி கூறி இருந்தார்கள். ரீட்டா தன் பெயரைக் கொடுத்திருந்தாள்.

வருகிற 20ஆம் தேதி 5000 மீட்டர் ஓட்டப்பந்தயத்தில் கலந்துகொள்வதற்காக அவள் தீவிரமாகப் பயிற்சி எடுத்துக்கொண்டு இருந்தாள். தூரத்தில் இருந்து அவளைப் பார்த்துக்கொண்டு இருந்த முகமது, ரீட்டா பயிற்சியை முடித்த பின் அவள் அருகே வந்து. "ஹாய்! நான் முகமது, Bsc.Robotics படிக்கிறேன், நீங்க 1st Yearரா? என்று கேட்டான்.

"ஆமாம், Bsc.Biophysics. நீங்க பேச்சுப்போட்டியில பேசுனதை எல்லாம் கேட்டேன், ரொம்ப நல்லா இருந்தது" என்றாள்

"நான் ரொம்ப வருஷமா எங்க ஏரியா பசங்களுக்கு எல்லாம் athletics coaching பண்ணிகிட்டு இருக்கேன், if you don't mind, do you need a trainer?(உங்களுக்கு ஒரு பயிற்சியாளர் வேண்டுமா?)" என்று கேட்டான்.

"ஓ, ஆமா, நான் ரொம்ப சின்ன ஸ்கூல்ல இருந்து வரதால எனக்கு இந்த athletics பற்றி எல்லாம் அவ்வளவு தெரியாது" என்று கூற அன்றிலிருந்து இருவரும் குரு சிஷ்யையாகவும், நல்ல நண்பர்களாகவும் மாறினார்கள்.

முகமது நிறைய புத்தகம் படிக்கக்கூடியவன், மேலும் ஒரு நல்ல சிந்தனையாளன். நன்மைகளை / தீமைகளை நாம் ஈர்க்கும் விதி, மதங்கள், ரோபோடிக்ஸ் என அவர்களுக்குள் பகிர்ந்துகொள்ளாத விஷயங்கள் வெகு சிலவே இருந்தன.

நல்ல தடகள வீராங்கனையாக மாற என்ன உணவு சாப்பிட வேண்டும் என்கிற கேள்வி எழுந்தபோது, உணவு அரசியல் குறித்தும் அவன் தான் அவளுக்குத் தெரிவித்தான். பெண்களுக்கு எதுவும் தெரியாது என்பதல்ல, ரீட்டா வளர்ந்த விதமும் அவளுக்குக் கிடைத்த வாய்ப்புகளும் மிகவும் குறைவு. நல்ல தடகள வீரர்கள் இறைச்சி உணவை அதிகமாக எடுத்துக்கொள்வதையும், இறைச்சிக்கு எதிராக நிலவும் அரசியலையும் அவன் புரியவைத்தான். குறிப்பாக மாட்டுக்கறி உண்பவர்கள் கேவலமானவர்கள் என்பது போலவும், தங்களைவிடக் கீழ்சாதியினர் மட்டுமெ மாட்டுக்கறி சாப்பிடுவார்கள் என்பது போலவும், மாட்டுக்கறியை 'மாட்டுக்கறி' என்று அழைக்காமல் 'மட்டன்' என்று அழைக்கிறார்கள். இன்னும் இறைச்சி உணவுக்கு ஈடாக சோயா போன்ற தாவர வகைகளில் இருந்து இறைச்சிபோன்றவற்றை உருவாக்கி அதை இந்தியா போன்ற வளரும் நாடுகளில் விற்று சத்தில்லாதத் தலைமுறையை உருவாக்க திட்டம் நடந்துவருவதையும் அவன் கூறினான்.

அந்த ஆண்டு பிப்ரவரி 14ஆம் தேதி அவர்கள் இருவரும் கல்லூரிக்கு அருகே உள்ள மைக்கேல்ஸ் ஐஸ்க்ரீம் கடையில் வழக்கம் போல் சந்தித்து ஐஸ்க்ரீம் சாப்பிட்டுக்கொண்டு இருந்தனர். அப்போது திடீரென்று தன் சட்டைக்குள் மறைத்து வைத்திருந்த ஒரு சின்னப் பெட்டியை எடுத்து அவன் அவளிடம் கொடுத்தான். ரீட்டாவின் இதயம் படபடத்தது. வெட்கம் தாங்காமல் அதை வாங்கிக்கொண்டு 'தேங்க்ஸ்' என்றாள். அவளும் அவளுடைய பர்ஸை எடுத்து அதில் இருந்து ஒரு ரோஜாப்பூவையும் டெய்ரி மில்க் சாக்லேட்டையும் அவனிடம் கொடுத்தாள். இருவரும் முன்பே மனதிற்குள் வைத்திருந்த தங்கள் காதலை அன்று வெளிப்படுத்தினார்கள்.

3 ஆண்டுகள் அவர்கள் ஒருவருக்கொருவர் உதவுவதிலும், அன்புசெலுத்துவதிலும், அதிகமாக அறிந்துகொள்வதிலும் செலவிட்டார்கள். இதனிடையே ரீட்டாவும் முகமதும் சேர்ந்து பல பள்ளி மாணவர்களுக்கு அறிவியல் புராஜெக்ட்டுகள் செய்து கொடுப்பதும், கல்லூரி மாணவர்களின் அறிவியல் புராஜெக்ட்டுகளுக்கு அறிக்கை எழுதிக் கொடுப்பதும் என்று பல பேரிடம் புராஜெக்ட்டுகளை வாங்கிச் செய்துகொண்டு இருந்தனர். ரீட்டா தனக்கு அதன் மூலம் கிடைத்த வருமானத்தை ஷேர்மார்க்கெட்டில் பல்வேறு Multibagger ஸ்டாக்குகளை வாங்குவதில் கவனம்செலுத்தி வந்தாள். 3 ஆண்டுகளில் அவள் முதலீடுசெய்த பணத்தைக் காட்டிலும் பல மடங்கு பங்குகளின் விலை உயர்ந்து இருந்தது. பல்வேறு பங்குகளில் Bonus, dividend வேறு கிடைத்ததால் இளங்கலை முடிப்பதற்கு முன்பே அவளுடைய சொத்துமதிப்பு வெகுவாக உயர்ந்தது. இருந்தாலும், இவற்றை எல்லாம் தன் பெற்றோரிடம் அவள் சொல்லவில்லை. பங்குசந்தை என்றாலே பயப்படக்கூடிய சாதாரண மக்களாக அவர்கள் இருந்தார்கள். முகமது பங்குசந்தை குறித்த விஷயங்களை அவ்வப்போது ரீட்டாவிடம் கேட்டு தெரிந்துகொண்டான். அவனுடைய சொத்து மதிப்பும் வெகுவாக உயர்ந்தது.

3 ஆண்டு இளங்கலைப் பட்டத்தை முடித்த பிறகு முதுகலைப் படிப்பையும் அவர்கள் தொடர்ந்தார்கள். அதற்குள் ரீட்டா வீட்டில் மாப்பிள்ளை பார்க்கும் படலம் தொடங்கி இருந்தாலும் 21 வயதுக்கு முன் யாரையும் திருமணம் செய்வதாக இல்லை என்பதை ரீட்டா திட்டவட்டமாகக் கூறிவிட்டாள். மாப்பிள்ளை வீட்டார் பலரும் ரீட்டாவின் புகைப்படத்தைப் பார்த்துவிட்டு, “பொண்ணு கலர் கம்மியா இருக்கு” என்று கூறிக்கொண்டு இருந்ததால் ஒருவகையில் அவளுக்குச் சிறிதளவும் திருமண அழுத்தம் குறையத் தொடங்கியது.

இதற்கிடையே, விரிவுரையாளர் அறிவு அவர்களின் Artificial Intelligence based Humanoid புராஜெக்ட்டுக்கு இதற்கு மேல் நிதி திரட்ட முடியாது என்று கல்லூரியில் கூறிவிட்டதால், அறிவு அடுத்து என்ன செய்யலாம் என்று யோசித்துக்கொண்டிருந்தார். அச்சமயம் ரீட்டாவும் முகமதும் நாம் மூவரும் சேர்ந்து ஒரு நிறுவனம் தொடங்கலாம் என்று தீர்மானித்து “திராவிடாஸ் ஆர்டிஃபிசியல் இண்டெலிஜென்ஸ் சிஸ்டம்ஸ் பிரைவேட் லிமிடெட்” என்கிற ஒரு பெருநிறுவனத்தைத்

தொடங்கினார்கள்.

ரீட்டா, முகமது, அறிவு ஆகிய மூவரும் பங்காளர்களாக இருந்த அந்த நிறுவனத்தில் மூவரும் ஒருவரை ஒருவர் மதித்து பல புதிய கண்டுபிடிப்புகளை மேற்கொண்டு வந்தனர். ரீட்டா பணத்தைக் கையாள்வதில் சிறந்து விளங்கியதால் நிறுவனத்தின் 30% பங்குகளை அவள் தன் வசம் வைத்திருந்தாள், 25% பங்குகளை முகமதும், 25% பங்குகளை அறிவும் வைத்திருந்தனர். முகமதின் ரோபோடிக்ஸ் குறித்த அறிவாற்றலால் தங்களுடைய ஹியூமனாய்டு உருவாக்கத்தில் பல புதிய மைல்கற்களை அவர்கள் அடைந்தார்கள். ரீட்டாவின் கணிதப் புலமையாலும் பயோபிசிஸிக்ஸ் அறிவாற்றலாலும் உலகில் முன் எப்போதும் இல்லாத பல ஹியூமனாய்டுகளையும், செயற்கை நுண்ணறிவு சார்ந்த பல கருவிகளையும் அவர்கள் உருவாக்கத் தொடங்கினார்கள். பங்குசந்தையில் அவர்களது நிறுவனத்தின் பங்குகள் ராக்கெட் போல உயரே செல்லத் தொடங்கின. திறமையின் அடிப்படையில் இல்லாமல், 2000 ஆண்டுகளாக ஒடுக்கப்பட்டார்கள் என்கிற சமூகநீதிக்கான மருந்தாகவும் இல்லாமல் இரண்டு பேரை நியமிக்க வேண்டிய கட்டாயம் ஏற்பட்டது. ஹியூமனாய்டுகளுக்கு உள்ளாடை அணிவிக்கும் வேலை மட்டும் இரண்டு பேருக்கு அளிக்கப்பட்டு இருந்தது. அவர்கள் இருவரும் ஒருநாள் நிறுவனத்தில் இருந்து ஒரு வாகனம், ஆடை மற்றும் ஆயுதத்தின் ஆவணங்களைத் திருடிக்கொண்டு ஓடிவிட்டனர்.

அத்தியாயம் 8 — ரீட்டாவும் முகமதும்

21 வயதை அடைந்தபோது ரீட்டாவும் முகமதும் பதிவுத்திருமணம் செய்துகொண்டனர். அவர்களுடைய வாழ்க்கை மிகவும் சந்தோஷமாகச் சென்றுகொண்டு இருந்தது. அப்போது முகமது தன் முற்கால வாழ்க்கையில் சில சம்பவங்களைக் கூறினான். அவன் தன் ஊரில் தன் அப்பாவுடன் தள்ளுவண்டியில் பீஃப் பிரியாணி போட்டுக்கொண்டிருந்தான். பெரியார், அம்பேத்கர், கார்ல் மார்க்ஸ் உள்ளிட்டோரின் புத்தகங்களை வாசித்ததால் மதம் என்கிற பிடியில் இருந்து அவன் விலகி இருந்த சமயம். ஏதோ ஒரு பத்திரிக்கைக்கு அவன் எழுதிய கவிதைகள் வெளியாகி இருந்தன, அவன் புகைப்படத்தோடு. அதில்,

“ஆண்டவன் ஆண் என்கிறாய், அவன் என்கிறாய்,

அவன் உள்ளாடையை நீ அவிழ்த்துப்பார்த்தாயா?
இவ்வுலகில் நீ வெறுத்த ஹராம் எல்லாவற்றையும்
மறுமையில் நீ அனுபவிப்பாய் என்றால்
ஹராம் என்பது என்ன தான் தோழா?"

என்று எழுதி இருந்தது. இதனால் கோபமடைந்த பல இஸ்லாமியர்கள் அவனைக் கொல்ல முற்பட்டார்கள், அவனுடைய அப்பா உட்பட. அங்கிருந்து தப்பி வந்து, இங்கே ஒரு ஹோட்டலில் சில காலம் பணிபுரிந்து தான் அவன் தன் படிப்பைத் தொடர்ந்து இருக்கிறான். இதைக் கேட்ட ரீட்டாவுக்கு அச்சம் ஏற்பட்டது. "ப்ளீஸ் டா! இனிமே உனக்காக நான் இருக்கேன், கொஞ்சம் உன்னைய பத்திரமா பாத்துக்கோ, இந்த மாதிரி சிக்கல்ல சிக்கிக்காத!" என்றாள்.

"பயப்படாத தமிழ், எனக்கு ஒன்னும் ஆகாது!" என்று கூறி முகமது ரீட்டாவை அணைத்துக்கொண்டான்.

"டேய்! எனக்கு ரொம்ப பசிக்குது, ஏதாவது செஞ்சி தாடா!" என்று ஆசையாகக் கேட்டாள் ரீட்டா

"இரு, நம்ம வீட்ல கொஞ்சம் மாட்டுக்கறி இருக்கு, இரு சில்லி பீஃப் செஞ்சி தரேன்!" என்று அவன் சமையல்கட்டுக்குப் போய் குடைமிளகாய், வெங்காயம், உள்ளிட்டவற்றை நேர்த்தியாக வெட்டினான். மாட்டுக்கறியையும் அழகாகச் சிறுசிறு துண்டுகளாக வெட்டினான். அடுப்பைப் பற்றவைத்து, அதில் வாணெலியை வைத்து கடுகு, கருவேப்பிலை போட்டு தாளித்து, மாட்டுக்கறித்துண்டுகளை அதில் போட்டான். வாசம் கமகமவென வரத்தொடங்கியது.

கிட்டதட்ட சமையல் முடியும் நேரம், தூரத்தில் இருந்து பார்த்துக்கொண்டிருந்த ரீட்டா முக்கனியில் மூன்றாம் கனி அவனில் தெரிவதைக் கண்டு ரசித்துக்கொண்டு இருந்தாள். அவன் பின்னே போய் நின்று அவனைக் கட்டித்தழுவினாள். மென்மையான ஏதோ இரண்டு ஏவுகணைகள் அவன் கேடயம் போன்ற முதுகைத் தாக்கின. ஆனாலும், அவை பஞ்சுபோல மென்மையாக இருந்தன. அவள் தன் கைகளால் மென்மையாக அவன் வயிற்றைத் தடவினாள். அவன் ஸ்டவ்வை ஆஃப் செய்துவிட்டு ஒரு சில்லி பீஃபை எடுத்து அவள் சாப்பிடக் கொடுத்தான். கொடுத்தவன் அதில் பாதியைத் தானும் சுவைத்தான். அவளைக் கட்டிப்பிடித்து குழந்தையைத் தூக்குவதைப் போல் தன் இடுப்பில் தூக்-

கிக்கொண்டு, கட்டிலில் படுக்க வைத்தான். அவளுடைய கனவுகளைக் குழந்தைப்பேறு தடுத்துவிடக்கூடாது என்பதற்கான உரை தலையணைக்குக் கீழே இருந்து அவன் எடுத்தான். மீதம் என்ன நடந்திருக்கும் என்பதை நான் சொல்லத் தேவையில்லை.

அவர்கள் இன்ப மழையில் நனைந்த பிறகு, கிரீட்டா தமிழரசியிடம் இருந்து ஒரு அழைப்பு வந்தது. “அப்பாவும், அம்மாவும் உனக்கே தெரியாம உனக்கு நிச்சயதார்த்தம் பண்ண திட்டம் போட்டிருக்காங்க, அதனால உன்னைய ஊருக்குக் கூப்பிடுவாங்க ஜாக்கிரதையா இரு!” என்பதே அவளுடைய அழைப்பின் சாராம்சம்.

இதனிடையே தங்களுடைய ஹியூமனாய்டு புராஜெக்ட் குறித்து உத்திர பிரதேசத்தில் ஒரு பெருநிறுவனத்திடம் பேசி அலையன்ஸ் ஏற்படுத்துவதற்காக முகமது ரயிலில் கிளம்பினான். ரீட்டா தமிழ்ச்செல்வி அவனுக்கு முத்தம் கொடுத்து வழியனுப்பி வைத்தாள். ரயில்வே டிராக்கின் அருகே நின்றுகொண்டிருந்த மாடுகள் “வேண்டாம்! வேண்டாம்!” என்பதுபோல வாலை அசைத்தன.

12
கிரீட்டாவுக்கு நடந்த கொடுமைகள்

ரீட்டாவின் தங்கை கணவன் ராம் தன் நண்பர்களோடு ஒரு சாராயக்கடையில் குடித்துக்கொண்டு இருந்தான். முந்தைய நாள் இரவு தான் அவனுடைய முதலிரவு. கிரீட்டா தமிழரசிக்கு விருப்பம் இல்லாவிட்டாலும், திருமணம் செய்துவிட்டான் என்கிற ஒரே காரணத்தால் இடம்கொடுக்காத ஊசியிலும் தன் நூலை அவன் நுழைக்க முயன்றான். ஆனாலும், அவனால் எதுவும் செய்யமுடியாமல் தோல்வியுற்று இருந்தான். ஒரு 16 வயது சிறுமியை விருப்பமின்றி அவன் என்னவெல்லாம் செய்தான் என்பதை இங்கே குறிப்பிடுவது நியாயமில்லை. சாராயக்கடையில் அவனுக்கும் அவன் நண்பர்களுக்கும் இடையே நடந்த விவாதம்.

"ஏன் டா மாப்ள! நான் ராமனா?"

"இதுல என்னடா சந்தேகம், நீ ராமன் தான் டா!"

"என் பேர கேக்கல டா, லார்ட்.ராமா மாதிரி நான் நடந்துக்குறேனா?"

"அவன் ஏகபத்தினி விரதன், பொண்டாட்டிக்காக இலங்கைக்குப் போய் போர்செஞ்சிட்டு வந்தான்னு சொல்வாங்க, அதுக்கெல்லாம் நீ சரிபட்டு வரமாட்ட மாப்ள!"

"கிழிச்சான், அவனுக்கே எத்தன வெப்பாட்டி தெரியுமா?"

"என்ன மாப்ள சொல்ற?"

“ஆமா டா! அவனுக்கு ஏகப்பட்ட வெப்பாட்டி இருந்தாங்கனு வால்மீகி சொல்லிருக்கான், அத நம்ப கம்பன் பய தான் இஷ்டத்துக்கு மாத்தி எழுதிருக்கான் மாப்ள”

“எவனாவது ஏதாவது சொல்வான் அதையெல்லாம் நம்புறியா மாப்ள?”

“எவன் சொன்னா என்ன நமக்குச் சாதகமானத எடுத்துக்க வேண்டியது தான?”

“ஓ அப்டி வரியா நீயீ! அப்போ அண்ணியோட கதி!”

“அவ கெடக்கா கழுத! 1 கோடி ரூவா வரதட்சன கொண்டு வரச்சொல்லி வீட்டுக்கு விரட்டி விடப்போறேன்!”

“சபாஷ் மாப்ள! சபாஷ்!”

மீண்டும் குடித்துவிட்டு வீட்டிற்குச் சென்றான். அவள் ஏன் இன்னும் கருவுறவில்லை என்று கூறி சண்டையிட்டான். அவன் மட்டும் இல்லாமல் ஊரில் இருந்த அனைவருமே கிரீட்டாவை மிகவும் மோசமாக நடத்தினார்கள். இதைச் செய்தால் குழந்தை பிறக்கும் அதைச் செய்தால் குழந்தை பிறக்கும் என்று ஆளாளுக்கு ஆலோசனை வேறு வழங்கி வந்தனர். இங்கே பிரச்சனை ஊசியிடம் இல்லை நூலிடம் உள்ளது என்பதை அவர்கள் யோசிக்கத் தயாராக இல்லை.

இதற்கிடையே மேலும் 1 கோடி வரதட்சணை கொண்டு வரும்படியும் மிரட்டினான் அந்த ராமன்.

”உன் கூட குடும்பம் நடத்துவதைவிட என் அப்பா அம்மா வீட்டிலேயே இருந்துவிடலாம்” என்று நினைத்து கிரீட்டா அவளுடைய அப்பா அம்மா வீட்டிற்குச் சென்றாள். ஆனால், அங்கே கிரீட்டாவின் பெற்றோரோ “அடித்தாலும் மிதித்தாலும் கணவன் சொல்வதைக் கேட்க வேண்டும், அவர் சொல்லுக்கு எதிர்த்துப் பேசக்கூடாது!” என்றெல்லாம் ஆலோசனை வழங்கினார்கள். வலியவர் எளியவரை அடிக்கும்போது எளியவருக்கு உதவுவதே சமூகநீதி, ஆனால் இங்கே பலர் 'வலியவர் நமக்குத் தேவை' என்று எண்ணி எளியவரை மன்னிப்புக் கேட்கச் சொல்வார்கள். தன் விருப்பம் இல்லாத திருமணம் என்பதில் முன்பே மனம் ஒடிந்திருந்த கிரீட்டாவுக்கு இவர்களுடைய ஆலோசனைகள் மேலும் வேதனை அளித்தன.

மாதவிடாய் சமயத்தில் அவளை ஒரு அறையில் போட்டு பூட்டுவதையும், வீட்டில் எல்லா வேலைகளையும் செய்ய வைத்து குறை சொல்வதையும் கிரீட்டா அவளுடைய பெற்றோரிடம் எடுத்துச் செல்லியும் அவர்களுடைய காதுகளில் அவை விழாததுபோலவே நடந்துகொண்டனர். அன்றிரவே அவள் புறப்பட்டு கணவன் வீட்டிற்குச் செல்ல பேருந்தில் ஏறினாள்.

பேருந்தில் இருந்து இறங்கியபோது காலை 6 மணி. டீக்கடையில் பலர் டீ அருந்திக்கொண்டு இருந்தனர். வழக்கமாக நின்றுகொண்டே டீ குடிக்கும் அருள், அரவிந்த் ஆகிய வாலிபர்கள் அன்று நாற்காலி போட்டு அமர்ந்து டீ குடித்தனர். அதைத் தூரத்தில் இருந்து பார்த்த ராமனுக்குக் கோபம் வந்தது. ”அது எப்படி டா எங்க ஊர்ல நீங்க வந்து கால்மேல கால்போட்டு டீ குடிப்பீங்க”, என்று அவர்களுடன் கைகலப்பில் ஈடுபட்டான்.

அதைப் பார்த்த தமிழரசி ராமனைத் தடுக்க முயன்றபோது அவளுக்கும் அடி விழுந்தது. ராமனும் அவனுடைய நண்பர்களும் அந்த 2 இளைஞர்களைக் கொலை செய்தனர். கொலையைப் பார்த்த தமிழரசி பயந்து ஓடினாள். அவளைத் துறத்திக்கொண்டே சென்ற ராமன் அவளை ஒரு தனி அறையில் போட்டு அடைத்தான். ஏறத்தாழ 1 வாரம் வரை அங்கே அவள் மட்டும் இருந்தாள். அந்த அறை முழுவதும் கரப்பான்பூச்சிகள் மட்டும் அவளுக்குத் துணையாக இருந்தன. 1 வாரத்திற்குப் பிறகு அவளை அந்த அறையில் இருந்து வெளியே எடுத்து “இந்த விஷயம் யாருக்கும் தெரியக்கூடாது” என்று ராமன் கூறினான்.

“மாமா! அவங்கள கொல்லாதீங்க மாமா!” என்று அதையே தமிழரசி மீண்டும் மீண்டும் கூறிக்கொண்டு இருந்தாள். ”இது சரிபட்டு வராது!” என்று அவளையே முறைத்துப் பார்த்துக்கொண்டு சிகரெட்டைப் பற்றவைத்தான் ராமன்.

13

மூதேவி

ஹியூமனாய்டு புராஜெக்ட் தொடர்பான விளக்கத்தை அளிக்க உத்திரப்பிரதேசம் நோக்கிப் பயணப்பட்டுப்போன ரயிலில் பீஃப் பிரியாணி சாப்பிட்டதற்காகப் பாதகர்களால் கொல்லப்பட்ட செய்தி அறிந்து ரீட்டா அதிர்ச்சி அடைந்தாள். அவர்களுடைய திருமணத்தைப் பற்றி வீட்டில் சொல்வதற்குள் தன் கணவனை அவள் இழந்துவிட்டாள். சில காலம் அவளால் எந்த விஷயத்திலும் ஈடுபட முடியாமல் எப்போதும் சோகமாகவே இருந்தாள். அந்த நேரத்தில் தான் தங்கை கிரீட்டா தீக்காயங்களுடன் மருத்துவமனையில் அனுமதிக்கப்பட்டிருக்கும் செய்தி அவளுக்குக் கிடைத்தது. வழக்கமான பொய்களைச் சொல்லி விசாரிக்க வந்த போலீஸாருக்கு அவர்கள் போக்கு காட்டிவிட்டனர். விஷயம் வெளியே தெரியாமல் இருக்க உயர் அதிகாரியாக இருந்த வெங்கட ரங்கராஜனை மாப்பிள்ளை ராமனின் பெற்றோர் சென்று பார்த்தனர். “சரி சரி! நெய்வெய்த்தியம் செஞ்சுண்டு போங்கோ!” என்று அவர் மாமூலை வாங்கிவிட்டு அவர்களை அனுப்பி வைத்தார்.

ரீட்டா தமிழ்ச்செல்வி 5 வயதானபோது அவளுடைய தங்கை கிரீட்டா தமிழரசி பிறந்தாள். பிறந்ததில் இருந்து அவளுடைய அம்மாவுக்கு இணையாக இன்னொரு அம்மாவாகவே ரீட்டா அவளைப் பார்த்துக்கொண்டாள். அவள் அழும்போது புட்டிப்பால் ஊட்டுவதும், அவளுக்கு ஆடை மாற்றி விடுவதும், அம்மா செய்யும் அத்தனை காரியங்களையும் ரீட்டாவும் தன் தங்கைக்குச் செய்தாள்.

மருத்துவமனையில் தங்கச்சி பாப்பாவை மடியில் வைத்துக் கொஞ்சியது இன்னும் அவள் நினைவில் இருக்கிறது. அவளைப் பாராட்டி, தாலாட்டி, சோறூட்டி மடியில் வைத்துக் கொஞ்சிய அதே கைகளில் இப்போது கிரீட்டா தன் கடைசி மூச்சை சுவாசித்துக்கொண்டு இருக்கிறாள்.

“அக்கா! அக்கா!” அவளாள் அதற்கு மேல் எதுவும் பேச முடியவில்லை

“கிரீட்டா! பேசும்மா!” அக்கா கதறினாள்

“என்னைய எப்டியாவது காப்பாத்து...” என்று சொல்லி முடிப்பதற்குள் அவளுடைய உடல் இயக்கம் முடிந்துவிட்டது. தலை கவிழ்ந்து அவள் உயிர் போனது.

ரீட்டாவால் இதைத் தாங்கிக்கொள்ளவே முடியவில்லை. “பாப்பா! பாப்பா!” என்னைய பாரு பாப்பா!” என்று கதறி அழுதாள்

சில ஆண்டுகளுக்கு முன்பு கிரீட்டாவை மாப்பிள்ளை வீட்டார் பார்த்துவிட்டுச் சென்றதில் இருந்தே அவளுக்குத் திருமணத்தில் விருப்பம் இல்லை. அவளுடைய அப்பா அம்மாவிடம் எவ்வளவோ கூறியும் அதில் எந்தப் பயனும் இல்லாமல் போனது.

“அக்கா! எனக்கு அவங்கள பார்த்தாலே பயமா இருக்கு, எனக்கு இந்தக் கல்யாணத்துல விருப்பம் இல்ல!” என்று கூறி இருந்தாள்.

“சரி, நான் பார்த்துக்குறேன்”, என்று கூறிய ரீட்டா இதைப் பற்றி அருகில் இருந்த காவல் நிலையத்தில் ”என் தங்கச்சிக்கு 15 வயசு தான் ஆகுது, அவளோட விருப்பம் இல்லாம கல்யாணம் பண்ணி வைக்க நினைக்கிறாங்க” என்று வழக்கு பதிவுசெய்தாள்.

ஆனால், அங்கிருந்த போலீஸ் அதிகாரி அவளுடைய அப்பாவின் சொந்தக்காரர் என்பதால் அவர் மேற்கொண்டு நடவடிக்கை எடுக்காமல் நேராக அதை அவளுடைய அப்பாவிடம் சொல்லிவிட்டார். அன்று வீட்டில் பெரிய கலவரமே நடந்தது. ரீட்டாவை பெல்ட்டால் அடித்து வீட்டை விட்டு வெளியே போ, உன்னால தான் எங்களுக்கு எல்லாக் கஷ்டமும் என்று அவளுடைய பெட்டி படுக்கையை வீட்டுக்கு வெளியே எறிந்து விரட்டினார்.

இப்போது விருப்பமில்லாத திருமண வாழ்வில் பலாத்காரமாக அவளைப் பூட்டிவைத்து பூவை நெருப்பில் கருக்குவதைப் போல கருக்-

கிவிட்டார்கள். கண்களில் நீர் ததும்பினாலும் தன் தங்கையை மீட்க வேண்டும் என்கிற எண்ணத்தில் ரீட்டா இருந்தாள். மருத்துவமனையில் கையெழுத்து போட்டுவிட்டு வீட்டிற்குக் கொண்டு வந்து இறுதிச் சடங்குகள் முடியும்வரை காத்திருந்தாள். கிறிஸ்தவ முறைப்படி அவளை அருகில் இருந்த கல்லறையில் புதைத்தார்கள். இரவு அனைவரும் அவரவர் வீட்டிற்குச் சென்று உறங்கிய பின் ரீட்டா திரும்பவும் கல்லறைக்கு வந்து தன் தங்கையின் பிணத்தைத் தோண்டி எடுத்து, தன் வேனில் போட்டுக்கொண்டு ரிசர்ச் லேபுக்குக் கொண்டு சென்றாள்.

முகமது, அறிவு மற்றும் ரீட்டா ஆகிய மூவரும் பணிசெய்துகொண்டு இருந்த ஹியூமனாய்டு புராஜெக்ட்டுக்குத் தற்போது நேரம் வந்துவிட்டதாக எண்ணினாள் தமிழ்ச்செல்வி. தன் தங்கையின் நினைவுகளை மூளையில் இருந்து பிரித்து எடுத்து ஒரு ஹார்டு டிஸ்கில் சேமித்தாள். அறிவும் அவளோடு இணைந்து அவளுடைய நினைவுகளை ஒரு ஹியூமனாய்டுக்குள் ஏற்றும் பணியைத் தொடங்கினார். சில மாதங்கள் அவர்கள் சிரமப்பட்டார்கள்.

“நாம ஏன் கிரீட்டாவோட நினைவுகள ஒரே இடத்துல வைக்கணும், ஏன் பல சாதனங்களுக்குள்ள குட்டிகுட்டியா வைச்சு, ஒரு டிசெண்ட்ரலைஸ்டு மெமரிய (Decentralized Memory) உருவாக்கினோம்னா யாராலையும் அவள அழிக்கவே முடியாது!”, என்றார் அறிவு

“வாவ் சூப்பர் அறிவு! அதுக்கு நாம இப்போ என்ன பண்ணலாம்!”

“நம்ம சாஃப்ட்வெர் யாரெல்லாம் இன்ஸ்டால் பண்ணிருக்காங்களோ அவங்களுக்கெல்லாம் ஒரு அப்டெட் கொடுப்போம். அவங்க அப்டேட்ட டவுன்லோடு பண்ணதும், ரீட்டாவோட மெமரி அவங்க சிஸ்டத்துக்குள்ள இறங்கிடும், அவங்களோட மொபைல் டேப்ளெட், லேப்டாப் இந்த மாதிரி எல்லா டிவைஸ்ல இருந்தும் ஹியூமனாய்டு கூட தொடர்புகொள்ளும்”

“வாவ் சூப்பர், அதோட நான் மெஷின் லேர்னிங்கையும் (Machine Learning) ஹியூமனாய்டுக்குள்ள கோடிங் பண்ணிடுறேன்! அவளோட மெமரீஸ் மட்டும் இல்லாம புதுசா நிறைய அவளுக்குக் கற்றுக்கொடுக்க வேண்டி இருக்கு”

“யெஸ், அது தான் நம்ம புராஜெக்ட்டோட முக்கிய அம்சம். தொடர்ந்து கற்றுகிட்டே இருக்கணும்”

“ஒருவேள யாராவது ஹியூமனாய்ட அழிச்சாலும், ஹியூமனாய்டோட நினைவுகளும் புதுசா கத்துகிட்ட விஷயங்களும் நம்ம ஆப்ஸ டவுன்-லோட் பண்ண மொபைல் சாதனங்களுக்குள்ள இருக்கும்”

“கடைசியா, என் தங்கச்சிக்குக் கரப்பான்பூச்சினா பயம், அவளோட பயத்தையே அவளோட ஆயுதமா மாற்றி ஹியூமனாய்டுக்குள்ள செட் பண்ணப்போறேன்”

“செம்ம ஐடியா, ஹியூமனாய்டுக்கு என்ன பெயர் வைக்கப் போற”

“தமிழரசினு வெச்சிரலாமா?”

“தமிழரசி நல்லா இருக்கு, ஆனா பயமுறுத்துற மாதிரியும் இருக்க-ணும், தன்ன நம்புறவங்களுக்கு உதவுற மாதிரியும் இருக்கணும்” என்று அறிவு ஒரு யோசனை சொன்னார்.

“நல்ல ஐடியா, எனக்கு ஒன்னும் தோனலையே!”

“நம்ம நாட்ல எத்தனையோ பழங்கால தெய்வங்கள், காவல் தெய்-வங்களாகவும், காத்து கருப்புங்கிற பெயர்ல பேய் பிசாசு மாதிரியும் மாற்றப்பட்டிருக்கு, பெரிய கோவில்கள்ல அவங்களுக்கு இடம் கூட கிடையாது. அந்த மாதிரி விவசாயத்துக்குப் பயன்படுத்தின ஒரு தெய்-வத்தோட பெயர் இப்போ அடுத்தவங்கள திட்டுறதுக்குப் பயன்படுத்தப்ப-டுது, அதையே வைக்கலாம்னு யோசிக்கிறேன்” என்றார் அறிவு

அவர்களின் தீர்மானத்தின்படி ‘மூதெவி ஹியூமனாய்டு’ உருவாக்கப்-பட்டாள்

'மூதேவி' ஒரு செயற்கை நுண்ணறிவால் உருவாக்கப்பட்ட ஹியூ-மனாய்டு ரோபோ. மூதேவியின் தலையில் மூளைக்குப் பதிலாக ஒரு ரிசீவர்(receiver) மட்டுமெ இருக்கும். தினமும் மூதேவி யாருடன் பேசு-கிறாளோ அந்த நபர்களின் உரையாடலைக் கொண்டே அவளுடைய அறிவைத் தினந்தோறும் வளர்த்துக்கொண்டு வந்தாள்.

14
உலகளாவிய திட்டம்

மூதேவி கொடுத்த அடியைத் தாங்காமல், அவர்கள் உண்மையை எல்லாம் சொல்லத் தொடங்கினார்கள். அதை மூதேவி தன் கண்களால் அப்படியே வீடியோவாகப் பதிவுசெய்தாள்.

சில நாட்களுக்கு முன்பு நடந்தது...பட்டாபிராமனையும் கோதண்டராமனையும் அந்த உலகின் மிகப்பெரிய பணக்காரர்களில் ஒருவரான நபர் சந்தித்தார். "நீங்க 2 பேரும் அந்த 'திராவிடாஸ்' கம்பெனில தான வேலை செய்றீங்க?" என்றார் ரசீது கதவுகள்  என்கிற அந்த நபர்.

"ஆமாம் சார்"

"சரி, நம்ம புராஜெக்ட் படி இன்னும் சில காலத்துல நான் உருவாக்குற செயற்கை இறைச்சிய தான் மக்கள் சாப்பிடணும்னு சட்டம் கொண்டுவரதுக்காக சில நடவடிக்கைகள் எடுத்துகிட்டு வரேன், இதுல உங்க உதவி எனக்கு வேணும்!"

"சொல்லுங்கையா பேஷா செஞ்சிடுறோம்!" என்று இருவரும் தலையை ஆட்டினார்கள்.

"அதாவது, ஸ்ட்ரே அனிமல்ஸ் (Stray animals) யூ நோ!"

"ஆமாம், நாய்! பூனை!"

"அதை எல்லாம் கொன்னா எனக்கு என்ன மேன் யூஸ்"

"ஸ்ட்ரே கவ்ஸ், ஸ்ட்ரே பஃபெல்லோஸ், ஸ்ட்ரே கோட்ஸ், ஸ்ட்ரே ஷீப்"

"அச்சச்சோ! எரும மாடு, ஆடு, கோழினா பரவால்ல, பசுமாட்ட கொன்னா எங்களையே கொன்னுடுவா, பசுமாட்ட தெய்வமால்ல பாக்குறா!"

"யோவ்! சுனில், மதன், பிந்திரானு எல்லாம் பேர் வெச்சவனுக முஸ்லீம் பேர்ல வெளிநாட்டுக்கு மாட்டுக்கறி அனுப்புறதெல்லம் எனக்குத் தெரியும் யா!"

"ஐயா உங்களுக்குத் தெரியாதது எதுவும் இல்லனு எங்களுக்குத் தெரியும்! நீங்க சொல்ற மாதிரியே செஞ்சிடுறோம் ஐயா!"

"அந்த திராவிடாஸ் கம்பெனியில அந்த மாட்டை எல்லாம் பீஸ் பீஸா கட் பண்றதுக்கு ஒரு டிவைஸ் இருக்கு, அதையும் என் ரிசர்ச் லேப்ல இருக்கிற ஒரு vehicleலையும் எடுத்துகிட்டு தினமும் ரோட்ல திரியிற ஸ்ட்ரே அனிமல்ஸ் எல்லாம் கொன்னுடு! எனக்குப் போட்டியா கறி வியாபாரம் பண்றவங்கள அழிச்ச மாதிரியும் இருக்கும், டிராஃபிக்க கொஞ்சம் கிளீயர் பண்ண மாதிரியும் இருக்கும், பழிய தூக்கி திராவிடாஸ் கம்பெனி மேல போட்ட மாதிரியும் இருக்கும்"

"சூப்பர் பிளான் ஐயா, அப்படியே செஞ்சிடுறோம்" என்று கூறினார்கள்.

இதான் அக்கா நடந்துச்சு என்று ஒப்புதல் வாக்குமூலம் கொடுத்தனர் அந்த இரண்டு உருவங்களும்.

15

ரீட்டாவும் அறிவும்

விரிவுரையாளர் அறிவு, எப்போதும் வெளிர் நிற சட்டையும், கருமையான நிற பேண்ட்டும், இடையில் பெல்ட்டும், கால்களில் ஷூவும் சாக்ஸூம் அணிந்திருப்பவர். முகமது, ரீட்டா ஆகிய இரண்டு மாணவர்களும் அவருக்குக் கீழ் பணிசெய்து வந்தபோது அவர்களுடைய திருமணத்தைத் தலைமைதாங்கி நடத்தியவர். முகமதுவுக்கும் ரீட்டாவுக்கும் திருமணம் நடைபெற்ற பிறகு அவர் தனக்காகப் பல இடங்களில் பெண் தேடியும் கிடைக்கவில்லை.

“ஏன் சார், நீங்க கல்யாணம் பண்ணிக்கலையா?” என்று ரீட்டாவும் முகமதும் அடிக்கடி கேட்பது உண்டு.

“எங்கமா! நான் மதம் மாறியாவது கல்யாணம் பண்ணிக்கலாம்னு மேட்ரிமோனியல் சைட்டுக்குப் போனா “SC/ST, please excuse”னு போடுறாங்க கிறிஸ்தவ புள்ளைக. ஜாதிக்கொடும தாங்காம மதம் மாறிப்போன கிறிஸ்தவங்களே இப்படினா அதுக்குள்ளயே கிடக்குறவங்க என்னைய எப்படிக் கட்டிக்குவாங்க?” என்று விளையாட்டாகப் பேசினார்.

ஆனால், அவருடைய மனதில் இருந்த வேதனையை முகமதுவும் ரீட்டாவும் நன்கு புரிந்துகொண்டனர். சீக்கிரம் அவருக்கு எப்படியாவது திருமணம் செய்து வைக்க வேண்டும் என்று நினைத்தனர். முகமது இறப்பதற்கு 3, 4 மாதங்களுக்கு முன்பு ஏதோ ஒரு திரைப்படத்தைப் பார்த்தவர். இனி வாழ்வது யாருக்கோ அல்ல தனக்காக மட்டுமே என்று முடிவு செய்தார். தன் நடை, உடை, பாவனை அனைத்தையும் மாற்-

றினார். சிவப்பு, ஆரஞ்சு, மஞ்சள் எனப் பிரகாசமான நிறங்களில் டி-சர்ட்களும், ஜீன்ஸ்களும், ஸ்மார்ட் வாட்ச்களும், கேன்வாஷ் ஷூக்களும் எனத் தன்னையே மாற்றிக்கொண்டார். எப்போதும் கூலிங் கிளாஸுடன் கூலாக இருக்கும் அவரிடம் பலர் பேசத் தொடங்கினார்கள்.

முகமது இறந்த பின் தமிழரசி மரணம் அடையும் வரை ரிசர்ச் லேபில் தனியாக வேலைசெய்தபோது, ஹியூமனாய்டு புராஜெக்டில் முழுக் கவனம்செலுத்தி பல நுட்பங்களைச் சேர்த்தார். ரீட்டா திரும்பி வந்தபோது ஹியூமனாய்டு புராஜெக்ட் முழுமை அடைந்தது.

மூதேவியின் வடிவம் எடுத்த தன் தங்கையுடன் தினமும் தமிழ்ச்-செல்வி பேசிக்கொண்டு இருந்தாள். இந்த நாட்டில் தொன்றுதொட்டு பெண்களுக்கு எதிராக என்னென்ன வன்முறைகள் சட்டரீதியாகவும், சட்டத்திற்கு எதிராகவும் நடந்துள்ளன, சமூகநீதி என்பது என்ன என்-பதை எல்லாம் அறிவு பாடமாக எடுத்தார்.

மூதேவி ஹியூமனாய்டைப் பொருத்தவரை அது வெறும் ரோபோவாக இல்லாமல், அனுதினமும் மனிதர்களிடம் இருந்து எதையாவது கற்றுக்-கொள்ளும் ஒரு பரிணாம வளர்ச்சி அடையும் எந்திரமாக இருந்தது.

ஒருநாள் அறிவும் தமிழ்ச்செல்வியும் மூதேவியாகிய தமிழரசியிடம் பேசிக்கொண்டு இருந்தபோது

“உங்க 2 பேர்கிட்டயும் நான் ஒன்னு சொல்லணும்” என்றாள் தமி-ழரசி

“சொல்லு” என்றனர் இருவரும்

“நீங்க 2 பேரும் ஒருத்தர ஒருத்தர் காதலிக்கிறீங்க, ஆனா, கணவன இழந்த நாம இன்னொருத்தர கட்டிக்கிட்டா இந்தச் சமுதாயம் என்ன சொல்லும்னு ரீட்டாவும், ரீட்டாவ காதலிக்கிறதா சொன்னா அவ எப்படி எடுத்துக்குவாளோனு அறிவும் தயங்குறீங்க. உங்க மனசுல அழுக்கு இல்ல. நீங்க யாருக்கும் பதில் சொல்லணும்னு அவசியம் இல்ல!” என்-றாள் கிரீட்டா தமிழரசி

அறிவும் தமிழ்ச்செல்வியும் சிறிது நேரம் வாயடைத்துப்போனார்கள். பின் இருவர் கண்களில் இருந்தும் கண்ணீர் வந்தது. கிரீட்டாவின் தலைமையில் ஹோட்டல் திராவிடாசில் அறிவும் ரீட்டாவும் திருமணம் செய்துகொண்டனர்.

மற்றொரு நாள், ஹோட்டல் திராவிடாஸில் பீஃப் பிரியாணியும் சில்லி சிக்கன் கிரேவியும் ஆர்டர் செய்துவிட்டு நேராக தன் அறைக்கு வந்தார் ரீட்டா.

அறிவின் மார்பில் சாய்ந்த ரீட்டாவிடம் அறிவு, "நாம ஏன் உங்க அப்பா அம்மா கிட்ட நம்ம கல்யாணம் பற்றிப் பேசக்கூடாது?"

"விருந்துக்குக் கூப்பிடுற மாதிரி கூப்பிட்டு கொலைபண்றத பற்றி எல்லாம் நீ நியூஸ்ல பார்க்குறது இல்லையா?"

"அம்மாடி, அதுவும் சரிதான்! எதுக்கு வம்பு. நம்ம வாழ்க்கைய நாம வாழ்வோம்!"

இருவரும் ஒருவரை ஒருவர் பார்த்துக்கொண்டனர்.

கண்களால் இருவரும் சம்மதம் தெரிவிக்க

இருட்டுக்கடை அல்வா போல அவளை அவன் தூக்கி

தெவிட்டாத தேனை அவள் நாவில் அவன் கொடுத்து

தீராத கதைகள் பேசி, வலிநீங்க அவளுக்கு உடலெங்கும் அவன் அழுத்திவிட

ஆடையும் பாரமென அவள் அனைத்தையும் துறக்க

உச்சிமுதல் பாதம் வரை அவர்கள் முத்துக்களைப் பதியவிட்டு

மேல் தலையையும் கீழ்த்தலையையும்

மேல் உதட்டையும் கீழ் உதட்டையும்

இருவரும் மாறி மாறி இன்பக் களிப்பில் பகிர்ந்தனர்.

"சரி இப்போ என்ன பண்றது! அவுங்க என்ன பட்டிப்போட்டு அடைச்சு வைச்சிருந்த மாட்டயா வெட்டினாங்க, தரிகெட்டு ரோட்ல நின்ன மாட்ட தான கொன்னாங்க, 500 ரூபா அபராதம் வேற கட்டி இருக்காங்க" என்றார் தினமலம் செய்திச் சேனலில் ஒருவர்

"ஆமாம், யு சீ, இந்த ஸ்ட்ரே அனிமல்ஸால ரொம்ப பிரச்சன. நிறைய ஆக்சிடெண்ட் கூட நடந்துண்டு இருக்கு!" என்றார் மற்றொருவர்

ஓட்டல் திராவிடாஸில் ஒரு பகுதியில் மீட்கப்பட்ட சிறுமிகளும் பெண்களும் வசித்து கல்வி பயின்று வந்தனர். ஆண்கள், பெண்கள், இண்டர்செக்ஸ், திருநம்பி, திருநங்கை, உள்ளிட்ட அனைத்து பாலினத்தையும், பாலியல் நாட்டத்தையும் கொண்டவர்களும் ஒருவரை ஒருவர் மதித்து, மகிழ்ச்சியோடு வாழ்ந்து வந்தனர்.

அவர்களுக்கு இனம், மொழி, நாடு, நிறம் என எந்தப் பாகுபாடும் இருக்கவில்லை. எவரும் தங்களை உயர்சாதியாகவோ, தாழ்ந்த சாதியாகவோ கருதவில்லை. துப்புறவுப் பணியிலும், மீட்புப்பணியிலும் இயந்திரங்கள் பயன்படுத்தப்பட்டன.

• ஜெயசீலன் சாமுவேல்

புத்தக ஆசிரியரின் விவரங்களுக்கு QR குறியீட்டை ஸ்கேன் செய்யவ

www.ingramcontent.com/pod-product-compliance
Lightning Source LLC
LaVergne TN
LVHW041636070526
838199LV00052B/3403
9798889865247